எண்ணுணர்வும் எண்ணறிவும்

இரா. கோமதி

BOOKS FOR CHILDREN

Ennunarvum Ennarivum (in Tamil)
R. Gomathy
First Published: December, 2022
BOOKS FOR CHILDREN
imprint of Bharathi Puthakalayam
7, Elango Salai, Teynampet, Chennai - 600 018.
Email: bharathiputhakalayam@gmail.com | www.thamizhbooks.com

எண்ணுணர்வும் எண்ணறிவும்
இரா. கோமதி
முதல் பதிப்பு: டிசம்பர், 2022

BOOKS FOR CHILDREN
புக்ஸ் ஃபார் சில்ரன் | பாரதி புத்தகாலயத்தின் ஓர் அங்கம்
7, இளங்கோ சாலை, தேனாம்பேட்டை, சென்னை & 600 018.
தொலைபேசி : 044 24332424, 24330024 | விற்பனை: 24332924.
விற்பனை உரிமை
பாரதி புத்தகாலயம்

விற்பனை நிலையங்கள்
7, இளங்கோ சாலை, தேனாம்பேட்டை, சென்னை & 600 018.
அருப்புக்கோட்டை: *கதவுஎண் 49 A/4 மெயின் ரோடு, தெற்கு தெரு - 9994173551*
ஈரோடு: *39: 39 ஸ்டேட் பாங்க் சாலை - 9245448353*
கரூர்: *நாரத கானசபா அருகில் (TNGEA OFFICE)- 9442706676*
காரைக்குடி : *12, 2 வது தெரு, கம்பன் மணிமண்டபம் பின்புறம் - 9443406150*
கும்பகோணம்: *352, ரயில் நிலையம் எதிரில் - 9443995061*
கோவை: *77, மசக்காளிபாளையம் ரோடு, பீளமேடு - 8903707294*
சிதம்பரம்: *22A / 18B தேரடி கடைத் தெரு, கீழவீதி அருகில் - 9994399347*
செங்கல்பட்டு: *1 D ஜி.எஸ்.டி சாலை - 044 27426964*
சேலம்: *15, வித்யாலயா சாலை சாலை | பாலம் 35, அத்வைத ஆஸ்ரமம் சாலை 0427 2335952*
தஞ்சாவூர்: *காந்திஜி வணிக வளாகம் காந்திஜி சாலை - 9655542400*
திண்டுக்கல்: *பேருந்து நிலையம் - 9942331105, 9976053719*
திருச்சி: *வெண்மணி இல்லம், கரூர் புறவழிச்சாலை - 9994289492*
திருநெல்வேலி: *25A, ராஜேந்திரநகர் - 9442149981*
திருப்பூர்: *447, அவினாசி சாலை - 9486105018*
திருவண்ணாமலை: *முத்தம்மாள் நகர்*
திருவல்லிக்கேணி: *48, தேரடி தெரு - 9444428358*
திருவாரூர்: *35, நேதாஜி சாலை - 9442540543*
நாகர்கோவில்: *699 கே.பி.ரோடு R.V.புரம் - 9443450111*
நெய்வேலி: *பேருந்து நிலையம் அருகில், - 9443659147*
பழனி: *பேருந்து நிலையம் அருகில் - 9442883696*
பாண்டிச்சேரி : *கிழக்கு கடற்கரைச்சாலை, இலாசுப்பேட்டை, 9486102777*
பெரம்பூர்: *52, கூக்ஸ் ரோடு - 9444373716*
மதுரை: *37A, பெரியார் பேருந்து நிலையம் - 045 22324674 & சர்வோதயா மெயின்ரோடு*
வடபழனி: *பேருந்து நிலையம் எதிரில் அடையார் ஆனந்தபவன் மாடியில் - 9444476967*
விருதுநகர்: *131, கச்சேரி சாலை - 0456 2245300*
வேலூர்: *பேஸ் III, சத்துவாச்சாரி - 9442553893*

நினைத்த நூல்கள்... நினைத்த நேரத்தில்...
BharathiTV | www.bookday.in
thamizhbooks.com
8778073949

அச்சு : பிரிண்டெக், சென்னை - 600 005.

சமர்ப்பணம்

ஒரு பெண்ணாகப் பிறந்து ஏற்றத்தாழ்வுகள் நிறைந்த சமமற்ற இச்சமுதாயத்தில் நற்கல்வி கற்று, சுயமரியாதையோடு எனக்கென ஓர் அடையாளம் பெற்று நான் நிற்க, என்னைப் போன்று எத்தனை பெண்கள் உதைபட்டு, அடிபட்டு, மிதியுண்டு, நசுக்கப்பட்டு, ஒதுக்கப்பட்டு வீழ்ந்தனரோ! அத்தனை அடக்குமுறைகளையும் எதிர்த்துப் போராடி மீண்டு வந்து என்தலைமுறையை இவ்விடத்திற்கு கொண்டு வந்தனரோ! அவர்கள் அனைவருக்கும் இப்புத்தகத்தை சமர்ப்பிக்கின்றேன்.

எண்ணுணர்வும் எண்ணறிவும்:
ஒரு பாராட்டுக் குறிப்பு

தற்போது தமிழ்நாட்டின் மக்கள் தொகை என்ன? இது டீக்கடை உரையாடலில் தோன்றக்கூடிய கேள்வி. அப்போது "7 கோடி இருக்கலாம்" என்கிறார் ஒருவர், "அதெல்லாம் 10 ஆண்டுகளுக்குமுன்னால், இப்போது 8 தாண்டியிருக்கும்" என்கிறார் மற்றொருவர்.

இதெல்லாம் சரிதான். ஆனால் அப்போது அங்கு யாராவது, "தமிழ்நாட்டின் மக்கள் தொகையா? நான் சொல்கிறேன், இன்று அது 8 கோடி 24 லட்சத்து 32 ஆயிரத்து 791" என்றால், மற்றவர்கள் எப்படி அதற்கு பதில் தருவார்கள்? "இவன் யாரு கிறுக்கு பிடித்தவன்" என சிந்திக்கலாம். "இவன் பலே மோசடிக்காரன் போல தெரிகிறான், ஒருவேளை அரசியல்வாதியாக திட்டம் போடுகிறானோ" என வியக்கலாம்.

காரணம் என்ன? 2011 மக்கள் தொகை கணக்கெடுப்பிற்குப் பிறகு 2021 கணக்கெடுப்பு இன்னும் நிகழவில்லை. அதுமட்டுமல்ல, யாராலும் என்றும் துல்லியமாக நிர்ணயிக்க இயலாத தொகை இது. அவர்கள் டீ குடித்து முடிப்பதற்குள் எத்தனை குழந்தைகள் பிறந்திருக்கலாம், எத்தனை சாவுகள் நிகழ்ந்திருக்கலாம். செயற்கை கோள் மேலிருந்து படமெடுத்தால் கூட துல்லியமாக நிர்ணயிக்க வாய்ப்பில்லை. இதுதான் எண்ணுணர்வு என்பது.

எங்கு துல்லியம் தேவை, எங்கு தோராயம் முக்கியம் என்று அறிந்து பேசுவது, செயல்படுவது எண்ணறிவு. கணிதத்திற்கு இது மிகவும் மையமானது. "கணக்கில் எது கேட்டாலும் டக் டக் என்று பதில் சொல்வது" கணித அறிவு அல்ல. (அதென்ன டக் டக் சத்தம்? எனக்கு ரொம்ப நாளாக இருக்கும் சந்தேகம்.)

காலாப்பட்டின் பின் கோட் (அஞ்சல் குறியீடு எண்) எது? 605014. லாஸ்பேட்? 605008. சரி, இரண்டையும் கூட்டி விடை சொல்லுங்கள் பார்க்கலாம்?

உங்கள் கைபேசி எண் என்ன? 9445561837. அப்படியா? அது பகா எண்ணா, சொல்லுங்கள்.

இப்படிக் கேட்டால், மீண்டும் "என்ன கிறுக்கனா?" என்றுதான் பார்வை. ஆனால் நாம் பள்ளி மாணவர்களை ஆறு இலக்க எண்களை கூட்டச் சொல்கிறோம். அர்த்தமில்லாத எண்கள் குறித்து கேள்விகள் எழுப்புகிறோம்.

துவக்கப் பள்ளியில் கணிதம் என்றால், எண்கள், எண் செயல்பாடுகள், வடிவங்கள், தகவல் அறிதல் (data handling) என்று அனைவரும் அறிவர். இதெல்லாம் ரொம்ப முக்கியம் என்று அனைவரும் சொல்வதும் வழக்கம். ஆனாலும் உலகம் முழுதும் கணிதத் தேர்வு என்பது கண்ணீர்க் களமாக இருப்பதும் எல்லோரும் அறிந்தது. இது ஏன்? கல்வியாளர்கள் பலர் பெரிய பெரிய புத்தகங்கள் எழுதியுள்ளனர். எல்லாவற்றிலும் மீண்டும் மீண்டும் வலியுறுத்தும் கருத்துக்களில் மையமானது: பள்ளிகள் மாணவர்களுக்கு "எண் பாடங்கள்" கற்பித்தல் என்பதை விட மாணவர்களிடம்எண்ணுணர்வும் எண்ணறிவும்வளர்த்தலை மையப்படுத்த வேண்டும் என்பதே.

சரி, பின் ஏன் நாம் எல்லாம் அதை செய்யவில்லை? நம் பள்ளிகளை மாற்றவில்லை? எப்படி எண்ணுணர்வும் எண்ணறிவும் வளர்ப்பது என்பது யாருக்கும் தெரியாத ரகசியமா என்ன?

இந்த சூழலில்தான் கோமதியின் அருமையான இந்தச் சிறு புத்தகம் உங்கள் கைக்கு வருகிறது. எண்ணுணர்வு என்றால் என்ன? அதை வளர்க்க செயல்பாடுகள் எவ்வளவு முக்கியம், இந்தச் செயல்பாடுகளை எவ்வாறு எப்போது பயன்படுத்துவது, இவை எவ்வாறு கணித அறிவை வளர்க்கின்றன என்று நிதானமாக, மிகத் தெளிவாக விளக்குகிறார். எண்ணுதல் என்ற ஒரு செயலில் எத்தனை நுணுக்கங்கள் உள்ளன என்பதை மிக அழகாக விளக்குகிறார். தன்னுடைய வகுப்பறை அனுபவங்கள் பலவற்றை ஆங்காங்கே நினைவு கூர்வதன் மூலம் இதெல்லாம்

வெறும் கோட்பாடுகள் மட்டுமல்ல, செயல்படுத்தக் கூடியவை என்று நாசூக்காக – சுயவிளம்பரமில்லாமல் – சுட்டிக்காட்டுகிறார்.

கோமதியின் மையக்கருத்து ஒவ்வொரு பள்ளியிலும் பெரிய பேனர் கட்டி விளம்பரப்படுத்த வேண்டியது: எதையும் கற்க பலவழிப்பாதைகள் உள்ளன, எதையும் கற்பிக்க பலவழிப்பாதைகள் (learning trajectories, teaching trajectories) உள்ளன, இது எண்ணுணர்வு வளர்க்க இன்றியமையாதது, ஏனெனில் குழந்தைகள் எண்களை பலவழியில் புரிந்து கொள்கின்றனர். இக்கருத்து எளிமையானது என்றாலும் வகுப்பறைகள் வழக்கமாக செயல்படும் வழிமுறையிலிருந்து முற்றிலும் புறம்பானது என்பதே அடிப்படைப் பிரச்சினை.

“நான் சொல்வதை நீ செய்ய வேண்டும்” என்பதைவிட, குழந்தை என்ன செய்கிறாள், அவளுடைய சிந்தனை எப்படி என்று கவனித்து கேட்டு மதித்து அதற்கேற்ற வழிமுறையை பயன்படுத்தும் வகுப்பறைகள் நம் துவக்கப்பள்ளிகளில் நடைமுறையாகும் என்ற நம்பிக்கை தரும் கோமதிக்கு நாம் நன்றி சொல்ல வேண்டும்.

இந்தப் புத்தகம் ஏதோ கணித ஆசிரியர்களுக்காக கணித ஆசிரியரால் எழுதப்பட்டது என்று “நமக்கில்லை” என்று திரும்ப வேண்டாம், எண்ணுணர்வும் குழந்தைகளின் மன ஓட்டமும் நம் எல்லோருக்கும் முக்கியமானது. நம் சிந்தனையை எப்படி வலுப்படுத்தலாம் என்று கோமதி போன்ற ஒரு பொறுமையான நண்பர் கிடைக்கும்போது வாய்ப்பை நழுவ விட வேண்டாம்.

ராமானுஜம்
சென்னை

என்னுரை

வாழ்வை அழகாக்குபவை உணர்வுகள். இவ்வுலகில் நம் வாழ்வை எளிமையாக்குபவையும் அவ்வுணர்வுகளே. அவ்வாறான உணர்வுகளுள் ஒன்றுதான் எண்ணுணர்வும். எண் என்பதால் ஏதோ கணிதத்தோடு தொடர்புடையதோ என்று எண்ண வேண்டாம். இவ்வுணர்வு மனித அறிவோடு தொடர்புடையது. ஆக்கபூர்வமாக சிந்திக்கும் அறிவின் அடித்தளம் என்றும் இதனை கூறலாம். இவ்வளவு முக்கியத்துவம் வாய்ந்த ஓர் பிரிவு கேட்பாரற்று கிடைக்கிறதோ என்ற கவலையே இப்புத்தகம் எழுத முக்கிய காரணமாகும். பிற நாடுகளில் எண்ணுணர்வு குறித்து விரிவான ஆய்வுகளும் ஆராய்ச்சிகளும் தினம் தினம் நடந்து வருகின்ற வேளையில், நம் நாட்டில் இது குறித்து எந்த விவாதமும், பேச்சுக்களும் இல்லாமல் பெரும் அமைதி தொடர்ந்து நிலவி வருவது கவனிக்கப்பட வேண்டியதாகும். அறிவு என்பது தானாக வளர வேண்டியதுதானே? எண்ணுணர்வை வளர்க்க மெனக்கெடுதல் எதற்கு என்று நீங்கள் நினைக்கலாம்; எண்ணறிவு என்பது எண்களை பற்றிய அறிவுதானே அதில் என்ன தனி சிறப்பு உள்ளது என்றும் நீங்கள் கேட்கலாம். உங்களின் அனைத்து கேள்விகளுக்கும் பதிலாகத்தான் எண்ணுணர்வும் எண்ணறிவும் என்ற இப்புத்தகம் அமையும்.

வகுப்பறையில் ஆசிரியர், மாணவர், கற்றல் இம் மூன்றும் சேர்ந்து ஒரு முக்கோணத்தை அமைக்கின்றன. இவை மூன்றும் ஒன்றோடு ஒன்று தொடர்புடையன. மூன்றில் எது ஒன்று இல்லை எனிலும் வகுப்பறை உயிரோட்டமற்றுப் போகும். ஒரு வகுப்பறையை உயிரோட்டம் உள்ளதாக மாற்ற தினம் தினம் ஆசிரியர்கள் முயற்சி செய்து கொண்டே இருக்கின்றனர். ஒவ்வொரு வகுப்பிலும் கற்றல் நிகழ்வது மாணவர்களுக்கு மட்டுமல்ல; ஆசிரியர்களுக்கும் தான். மாணவர்களுக்கு ஏற்பட்ட கற்றலை ஆவணமாக்கும் நம் சமுதாயத்தில் ஆசிரியருக்கு ஏற்பட்ட கற்றலை ஆவணமாக்க வேண்டும் என்ற அக்கறை யாருக்குமே இருக்கவில்லை. அங்கொன்றும் இங்கொன்றும் என செய்யப்படும் அனுபவப் பகிர்தல் தான் பின்வரும் சந்ததியினருக்கு உதவும் என்ற புரிதலோடு ஆசிரியர்கள் தங்கள்

வகுப்பறை காற்றல் கற்பித்தல் அனுபவங்களை பதிவு செய்ய வேண்டிய கட்டாயம் உள்ளது. இப் புத்தகத்தில் அவ்வாறு எனது வகுப்பறையில் நிகழ்ந்த எண்ணுணர்வும் எண்ணறிவும் சார்ந்த அனுபவங்களை சக ஆசிரியர்களோடும் சான்றோர்களோடும் பகிர்ந்து கொள்ள ஓர் முயற்சி எடுத்துள்ளேன். வெறும் என்னுடைய வகுப்பறை அனுபவமாக மட்டும் அல்லாமல், இது தொடர்பாக இதுவரை வெளியாகி உள்ள புத்தகங்கள் மற்றும் ஆய்வறிக்கைகள் போன்றவற்றையும் அலசி ஆராய்ந்து ஓர் ஆய்வு நூலாகவே இதனை உருவாக்கியுள்ளேன். இப்புத்தகம் 2007 ஆம் ஆண்டு முதல் தொடங்கி இன்று வரை நான் ஒன்றாம் வகுப்பு கையாண்டபோதெல்லாம் நான் பெற்ற கற்றல் அனுபவங்களின் சிறு தொகுப்பாகும். புதுச்சேரியில் நான் பணிபுரிந்து வரும் சவராயலு நாயகர் அரசு பெண்கள் தொடக்கப்பள்ளியில், என்னுடைய வகுப்பறையில் நிறுவப்பட்டுள்ள கணித ஆய்வகத்தால் கணித கற்பித்தலில் எனது அணுகுமுறையில் ஏற்பட்ட மாற்றம் எண்ணுணர்வும் எண்ணறிவும் குழந்தைகளிடையே வளர்க்க வேண்டிய முக்கியத்துவத்தை எனக்குணர்த்தியது. 15 ஆண்டுகால என் அனுபவத்தின் சிறு பகுதியை புத்தக வடிவில் இச்சமூகம் பயனடையும் வகையில் தந்துள்ளேன்.

நான் கேட்டவுடன் மிக குறுகிய கால அவகாசத்தில் இப்புத்தகத்தை முழுமையாக படித்து அதன் சாராம்சத்தை வெளிப்படுத்தும் வகையில் சிறப்பான வாழ்த்துரையை வழங்கிய தோழரும் கணிதவியலாளருமான ராமானுஜம் அவர்களுக்கு நன்றிகள் பல சொல்லிக்கொள்கிறேன்.

தமிழர்களின் பெருமையை உலகறியவும், உலகின் சிறந்தவைகளை தமிழ் பேசும் நல்லோர் அறியவும் புத்தகங்களை பதிப்பித்து பெரும் பொறுப்பை சுமந்து கொண்டு இப் புத்தகத்தை பதிப்பிக்கும் நமது பாரதி புத்தகாலயத்திற்கும் நெஞ்சார்ந்த நன்றிகளை தெரிவித்துக் கொள்கின்றேன்.

என் வெற்றிகளை கொண்டாடி என் சரிவுகளின் போது என்னை தங்கள் தோள்களில் தாங்கி எனக்கு பக்க துணையாகத் திகழும் என் குடும்பத்தாருக்கும் நன்றிகளை தெரிவித்துக் கொள்கின்றேன்.

இரா. கோமதி,
புதுச்சேரி

உள்ளடக்கம்

1
எண்ணுணர்வு

நெருப்பு பிழம்பிலிருந்து தோன்றியது பூமி. வெப்பம் தணிந்து, குளிர்ந்து, மெல்ல மெல்ல உயிர்கள் துளிர்க்க ஆரம்பித்தது. ஓரறிவு முதல், ஆறறிவு வரை இன்று உயிர்களால் நிரம்பி காணப்படுகின்ற இந்த பூமி எப்படி அழகானது? தாவரங்களானாலும், புல்லினங்களானாலும், விலங்குகளானாலும் மனிதனானாலும் அனைவருக்கும் பொதுவாக இருக்கும் ஓர் அற்புதம் 'உணர்வுகளாகும்'. இந்த உணர்வுகளால் கட்டப்பட்டு இவ்வுலகம் இயங்கிக் கொண்டிருக்கிறது என்பதே உண்மை.

அன்பு, பாசம், காதல், நேசம், பரிவு, கோபம், துன்பம் ,துயரம், வருத்தம் என்று பல்வேறு உணர்வுகள் மனித வாழ்வில் பின்னிப்பிணைந்து அன்றாட வாழ்வை நகர்த்திச் செல்கின்றன. இந்த வரிசையில் மனித அறிவை வளர்த்திட்ட ஓர் உணர்வு அதிக முக்கியத்துவம் பெறப்படாமலும், பேசப்படாமலும் இருக்கின்றது. அது தான் எண்ணுணர்வு. அந்த உணர்வை நான் பேசவும், என்னை சுற்றியுள்ள சமூகம் பேசவும் எடுத்த ஒரு சிறிய முயற்சியே இப்புத்தகம்.

அறிவை வளர்த்தெடுத்த உணர்வு

அறிவை வளர்த்தெடுக்கும் இடமாக நம்மால் நம்பப்பட்டு வருவது பள்ளிக்கூடங்களாகும். கல்வி என்பது மனிதனின் உள்ளார்ந்த அறிவை வளர்ப்பது என்று கூறுவர். மனிதனுடைய மூளையில் சிந்தனைகளை திணிப்பது அல்ல கல்வி, என்ன சிந்திக்க வேண்டும்? எப்படி சிந்திக்க வேண்டும்? என்று அவனது சிந்தனையை தூண்டுவதாக கல்வி இருக்க வேண்டும். சிந்தனையோடு சேர்ந்து சிக்கல்களுக்கு தீர்வு காணுதல், மாறுபட்டு சிந்தித்தல், விமர்சனப் பார்வையோடு எந்த பிரச்சினையையும் அணுகுதல் போன்ற முக்கியமான திறன்களை திட்டமிட்டு வளர்க்கும் இடமே கல்விச் சாலைகள் ஆகும்.

இதற்காக வரையறுக்கப்பட்டவைதான் நமது பாடத்திட்டங்கள், பாடநூல்கள், பாடத் தயாரிப்புகள், வகுப்பறைகள் என அனைத்துமே. இந்தக் கல்வியின் நோக்கத்திற்காகத் தான் பள்ளிகளில் பாடங்கள் நடத்தப்படுகின்றன.

அந்தப் பாடங்களில் சிந்தனைக்கு முக்கிய பங்காற்றக் கூடிய மொழி அறிவை வளர்க்கும் விதமாக மொழிப்பாடமும்; மனிதகுலம் கடந்து வந்த பாதையை அறிந்துகொள்ளும் நோக்கோடு, இந்த உலகைப் பற்றியும், அதன் நில அமைப்புகள் பற்றியும், சமூக கட்டமைப்புகள் பற்றியும், உலக இயக்கத்தின் உண்மைகள் பற்றியும் அறிவதற்காக 'அறிவியல்' 'சமூக அறிவியல்' போன்ற பாடங்கள் இடம்பெறுகின்றன. இவ்வாறு இருக்க அறிவை வளர்க்கக்கூடிய பாடம் எது? அறிவை வளர்க்கக் கூடிய முக்கியமான பொறுப்பை ஏற்று மனித குலத்தை அறிவார்ந்த சமூகமாக வளர்ப்பதில் கணிதத்தின் பங்கு முக்கியமானது.

ஒரு மனிதன் தன் வாழ்வில் எவ்வாறு சிந்திக்க வேண்டும், பிரச்சனைகளை எவ்வாறு லாவகமாக கையாள வேண்டும், வாழ்வின் சிக்கல்களுக்கு எவ்வாறு தீர்வு காண வேண்டும், விமர்சன பார்வையோடு எவ்வாறு நோக்க வேண்டும் போன்ற திறன்களை பெற்று நல்ல மனிதனாக திகழ அடித்தளம் அமைப்பது கணிதம் என்றால் உங்களால் நம்ப முடிகிறதா. ஆம், அந்த வேலையைதான் கணிதம் செய்து வருகிறது. இதை அறியாததால்தான் கணிதம் என்றால் கசப்பு என்ற எண்ணம் குழந்தைகள் மத்தியில் உலவி வருகிறது.

கறுWணிதத்தை இட்டுச் செல்லும் உணர்வு

பல்வேறு துறைகளில் கணிதம் கோலோச்சி உள்ளது. ஏன் கணிதம் இல்லாத துறைகளே இல்லை என்றும் கூறலாம். இவ்வளவு முக்கியத்துவம் வாய்ந்த கணிதம் 1 என்ற எண்ணை புரிந்துகொள்வதிலிருந்து தான் நாம் அனைவரும் துவங்கினோம்.

பூமியின் தோற்றம், ஒளியின் வேகம், கடலின் ஆழம், புவியீர்ப்பு விசையை விஞ்சி வெளியே செல்லும் ராக்கெட்டின் சூட்சமம் என்று புரிந்தது பாதியும் புரிய முடியாத மீதியுமாக விரிந்து செல்லும் கணித அறிவு, பால்வாடியில் நாம் ஆரம்பித்த

1 என்ற எண்ணிக்கையில் துவங்கியது என்று நினைத்துப்பார்த்தால் ஆச்சரியமாகத்தான் உள்ளது. புவியீர்ப்பு விசையை விஞ்சி செல்லும் வேகத்தை கணக்கிட அடித்தளமாக அமைவது 1 என்று அன்று நாம் கற்றுக்கொண்ட எண்ணிக்கை தான். எனவே ‘கணிதம் என்பது எண்கள் தானா?’ என்ற கேள்வி உங்கள் மனதில் தோன்றலாம். கணிதத்தின் அடிப்படை எண்களில் இருந்து துவங்குகிறது. ஆனால், எண்களை தாண்டியும் கணிதத்தை இட்டுச் செல்ல தேவையான ஒன்று மறைந்துள்ளது. அதுவும் ஓர் உணர்வுதான். கணிதம் சார்ந்த, கணிதத்தை இட்டுச்செல்லும் அந்த உணர்வை ‘எண்ணுணர்வு’ என்பர். ஒவ்வொரு குழந்தையின் அறிவு வளர்ச்சியிலும் இந்த எண் உணர்வின் ஆதிக்கம் அளப்பரியது.

ஒட்டுமொத்த கணித அறிவை வளர்த்துச் செல்லும் பொறுப்பை ஏற்றுள்ளது எண்ணுணர்வு. ஆனால், அவ்வுணர்வை சரியாக குழந்தைகளிடம் வளர்க்கும் பொறுப்பை பள்ளிகள் செய்கின்றனவா என்பதை சிந்திக்க வேண்டும். எண்ணுணர்வு சரியாக வளர்க்கப்படாத குழந்தைகள் கணிதத்தின் மகிழ்வை உணராமலேயே போய்விடுவர்.‘கணிதம் ஒவ்வொரு குழந்தையின் உரிமை’ என்று கூறுகிறது தேசிய கலைத்திட்ட வரைவு 2005. உரிமையாக பெறவேண்டிய கணித அறிவை “ஐயோ! இது எனக்கு வரவில்லை” என்று அஞ்சி குழந்தைகளை ஒதுங்க வைக்கிறது நமது கணித வகுப்பறைகள். கணிதம் என்பது பள்ளியில் பெறப்படும் ஒரு பாடம் அல்ல அது நம் வாழ்க்கை முறை. எண்ணுணர்வில் பின்தங்கிய குழந்தைகள் வாழ்க்கையின் ஒரு மகிழ்ச்சியான பகுதியை இழக்கின்றனர்.

1. எண்ணுணர்வு எப்போது வளர்ந்தது

எண்ணிக்கையை உணர்வது என்பது உயிர் வாழ்வதற்கான உணர்வாகும். அதாவது, மனிதகுல வரலாற்றின் தொடக்கத்தில், நம் மூதாதையர்கள் வேட்டையாடச் செல்லும் போது இந்த எண்ணுணர்வு மூலமாகவே ஆபத்துகளில் இருந்து தங்களைப் பாதுகாத்துக் கொண்டனர். ஆதிவாசிகளாக காட்டில் திரிந்த அவர்கள் தங்களை நோக்கி ஒரு விலங்கு வரும்போது அதனை தங்களுக்கான இரையாகப் பார்த்தனர். அதே சமயம் இரண்டு

மனிதர்களுக்கு முன்னால் பத்து மிருகங்கள் வந்தால் அது ஆபத்து என்று உணர்ந்து தங்களை காத்துக்கொள்ள ஓடினர். இவ்வாறு இயற்கையாக தாங்கள் பெற்ற எண்ணுணர்வை தங்கள் உயிர் வாழ்வதற்கான உள்ளுணர்வாக பயன்படுத்தி வந்தனர் ஆதிமனிதர்கள்.

'கல்வி', 'கணிதம்', 'எண்கள்' போன்ற சொற்கள் தோன்றாத காலம் தொட்டே மனிதன் எண்ணுணர்வோடு வாழ்ந்து வருகின்றான். ஏன் மனிதன் மட்டுமல்ல விலங்குகளும், பறவைகளும் கூட எண்ணுணர்வு கொண்டுள்ளன. விலங்குகள் எண்ணுணர்வை 'எண்களை எண்ணும் திறனாக' இல்லாமல் ஒரு குழுவில் உள்ள எண்ணிக்கையில் உண்டாகும் மாற்றங்களை உணரும் திறனாக பெற்றுள்ளன. அனைத்து பாலூட்டிகளும், பெரும்பாலான பறவைகளும் தான் பெற்றெடுத்த குழந்தைகளின் எண்ணிக்கையில் உள்ள மாற்றத்தை நிச்சயம் உணரும். குறிப்பாக பறவைகள் இரண்டிற்கும் மூன்றுக்கும் உள்ள வித்தியாசத்தை தெரிந்திருக்குமாம். தன் கூட்டில் உள்ள மூன்று முட்டைகளை அடையாளம் தெரிந்து வைத்திருக்கும் ஒரு பறவையின் கூட்டில் நான்காவதாக ஒரு முட்டையை சேர்க்கும்போது அதை சரியாக அப்பறவையால் ஊகிக்க முடியாது. அதுவே மூன்றில் ஒன்றிரண்டு முட்டைகளை நாம் எடுத்துவிட்டால் முட்டைகளில் உள்ள மாற்றங்களை பறவைகளால் உணரமுடியும். இந்த பறவைகளின் எண்ணுணர்வை வைத்தே காக்கையின் கூட்டில் குயில்கள் முட்டை இட்டு செல்லும் அறிவியலும் அடங்கியுள்ளது. காக்கைக்கு மூன்று முட்டைகள் வரை அடையாளம் தெளிவாகத் தெரியும்; அதற்கு மேல் இருக்கும் முட்டைகளை பார்க்கும்போது அதிலுள்ள மாற்றத்தை துல்லியமாக கணிக்கும் திறன் இல்லாமையால் அனைத்தும் தம் முட்டைகளாகவே எண்ணி அதை குஞ்சு பொரித்து வளர்க்கிறது காக்கை.

1988ஆம் ஆண்டு கிளையில், சாக்கி என்ற உளவியலாளர்கள் நாம் அனைவரும் எண்ணுணர்வோடு தான் இருக்கிறோம் என்பதை கண்டறிந்தனர். இவர்கள் பச்சிளம் குழந்தைகளிடம் செய்த ஆராய்ச்சியின் முடிவில் குழந்தைகளிடம் புள்ளிகள் உள்ளடங்கிய படங்களைக் காட்டும் போது குழந்தைகளின்

கவனம் காட்டப்படும் புள்ளிகளுக்கு தகுந்தாற்போல் மாறுவதை கண்டனர். இந்த ஆராய்ச்சியின் மூலம் குழந்தைகளால் எண்ணிக்கையில் உள்ள வேறுபாடுகளை உணர முடிவதாக அவர்கள் நிரூபித்தனர்.

2. எண்ணுருவும் எண்ணுணர்வும் வளர்ந்த கதை

ஓர் ஆடு மேய்க்கும் மனிதன் 55 ஆடுகள் வைத்திருந்தான். அவனுக்கு 55 என்ற எண் பெயர் தெரியாது. ஆனால் தன்னிடம் உள்ள ஆடுகள் மேய்ச்சலுக்கு போய் மீண்டும் சரியாக வந்துவிட்டனவா இல்லையா என்பதை எப்படி சரி பார்ப்பது என்று அவனுக்கு யோசனை. ஆட்டுப்பட்டியின் கதவருகே சென்று அமர்ந்தான். கீழே அருகில் கிடந்த எலும்பு ஒன்றை எடுத்து, ஒரு ஆடு வெளியே சென்றதும் ஒரு கோடு அல்லது கீறல் போட்டான். அதுபோல ஒவ்வொரு ஆடு வெளியேறும் போதும் ஒரு கீறல் போட்டான். கடைசி ஆடு போகும்போது போட்ட கீறல் தான் அவனிடம் உள்ள ஆடுகளின் மொத்த எண்ணிக்கை. அவ்வாடுகள் மேய்ச்சலுக்கு சென்று திரும்பி வரும்போது மீண்டும் ஆட்டுப்பட்டி வாசல் கதவின் அருகே ஒவ்வொரு ஆடாக உள்ளே அனுப்ப தன் விரல்களை தான் போட்ட கீறல்களில் நகர்த்தி எண்ணிக்கையை சரி பார்த்துக் கொண்டே வருவான். கடைசி ஆடு உள்ளே போகும்போது ஆடும் முடியும், அவன் போட்ட கோடும் முடியும். கோடு முடியாமல் மீதம் இருக்கும் பட்சத்தில் தன்னிடம் உள்ள ஆடுகளில் சில குறைகின்றன என்பதை அவன் அறிந்து கொண்டு அவற்றை தேடிச் செல்வான்.

மேலே உள்ள மனிதன் எலும்பில் கீறல்கள் வரைந்து ஒன்றோடு ஒன்று பொருத்திப் பார்த்து எண்ணினான். இதே போல உலகத்தின் பல்வேறு கலாச்சாரங்களில் பல முறைகள் பயன்படுத்தப்பட்டது. கயிறுகளில் முடி போடுவது, கூழாங்கற்கள் பயன்படுத்துவது என்று பல்வேறு முறைகளை ஆதி மனிதன் பயன்படுத்தினான். இவ்வாறு தான் எண்ணிக்கை வளராத தொடக்க காலத்தில் எண்ணும் முறை ஒன்றுக்கு ஒன்று பொருத்திப் பார்த்தலில் இருந்தே துவங்குகிறது.

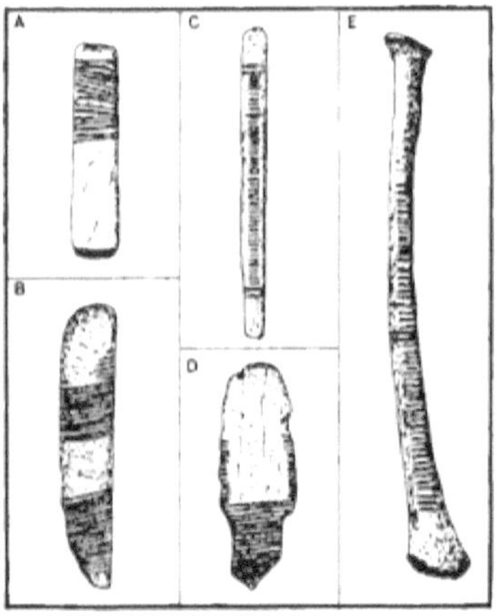

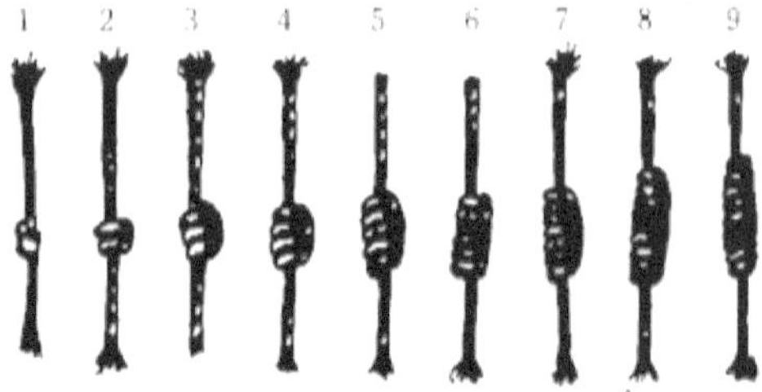

மனிதன் முறையான வரிவடிவங்களை கண்டுபிடிப்பதற்கு முன் தான் வைத்திருந்த கால்நடைகளை கணக்கிட குச்சிகளை அடுக்கி, கோடுகள் வரைந்து ஆதி மனிதன் பயன்படுத்திய இக் குறியீட்டு முறையையே எண்ணுருக்களின் தொடக்கம் எனலாம். ஐந்து பொருட்களை குறிப்பிட தொடர்ந்து ஐந்து கோடுகளை வரைவர். இம்முறையை ரோமானிய எண்ணுருக்களிலும் காணலாம். எண் குறியீட்டியலின் வரலாற்றை சற்று பின்னோக்கி சென்று பார்ப்போமாயின், ரோமானிய எண்ணுருக்கள் நமக்கு கிடைத்த எண் படிவங்களாகும். ஒன்று என்பதை குறிக்க ஒரு கோடு I, இரண்டு என்பதை குறிக்க இரண்டு கோடுகள் II, 3 என்பதை குறிக்க மூன்று கோடுகள் III என ரோமானிய எண்ணுருக்கள் ஆதி மனிதனின் குறியீட்டு முறையை ஒத்திருக்கும். இவ்வரிசையில் நான்கு என்பதை குறிக்க நான்கு கோடுகள் IIII தானே வரவேண்டும். ஆனால் IV என்ற குறியீடு கொடுக்கின்றனர் ரோமானியர்கள். எளிமையாக நான்கு கோடுகள் குறிப்பிடுவது அர்த்தமுள்ளதாகவும், புரிந்து கொள்ள எளிமையாகவும் இருக்கும் போது ஏன் கொஞ்சம் கூட சம்பந்தம் இல்லாமல் புதிய உருவை அறிமுகம் செய்ய வேண்டும் என்ற கேள்வி எழுகிறது.

இதுகுறித்து ஜார்ஜ் இர்ஃபான்(2000) தனது The history of Numerical Notations என்ற புத்தகத்தில் குறிப்பிடுகிறார். ரோமானியர்கள் மட்டுமல்ல உலகின் அனைத்து கலாச்சாரத்திலும் முதல் மூன்று எண்ணுருக்கள் ரோமானிய எண்ணுருக்களை

போல ஒன்று இரண்டு மூன்று என்று எண்ணிக்கைக்கு தகுந்த கோடுகளை வரைந்து பயன்படுத்தி உள்ளார்கள். சீனர்கள் 1,2,3 என்பதை ஒன்று, இரண்டு, மூன்று கிடைமட்ட கோடுகளாக குறிப்பிடுகின்றனர். நான்கு என்ற எண்ணிற்கு மேல் இவ்விதியை பயன்படுத்தவில்லை. ஏன் நம் இந்திய அரேபிய எண்ணுருக்களிலும் இதே விதியை நாம் பார்க்கலாம். ஒன்று, இரண்டு, மூன்று என்று அந்தந்த எண்ணுருக்கள் அத்தனை கோடுகளால் குறிப்பிடப்படுகிறது. நான்கும் அதற்கு மேலுள்ள எண்குறியீடுகள் எந்தக் காரணமும் இல்லாமல் இருக்கும்.

மனிதகுலம் ஒன்றுபட்டு ஒரே விதிமுறையில் முதல் மூன்று எண்கள் நிச்சயம் எண்ணிக்கையை குறிக்கும் கோடுகளாகவும், மீதமுள்ள எண்கள் அவரவர் விருப்பப்படியும் இருக்க ஒரு பொது காரணம் உள்ளது. அதுவே மனிதனின் ஆரம்ப எண்திறன் அறிவாகும்.

பத்தொன்பது என்பதை குறிக்க 19 தொடர் கோடுகளை வரைவது என்பது கால விரயத்திற்கும், அதிக தவறுகளுக்கும் வழிவகுக்கும். அத்தோடு வாசிப்பவர்கள் 19 கோடுகளை ஒவ்வொரு முறையும் எண்ணி வாசிப்பது சாத்தியமில்லை என்பதையும் நாம் ஒப்புக்கொள்வோம் தானே. மேலே கூறப்பட்ட காரணத்தோடு சேர்த்து உயிரினங்கள் தோன்றியது முதல் நம்மிடம் உள்ள ஆரம்ப எண் திறனும் ஒரு முக்கிய காரணமாகும். மூன்று என்று எண்ணிற்கு மேல் போகும் போது தொடர் கோடுகளை எத்தனை என்று எண்ணாமல் அடையாளம் காண நம்மால் முடியாது என்பதுதான் உண்மை. இதனால் தான் மூன்று என்று எண்ணிற்கு மேல் வெவ்வேறு குறியீடுகள் பயன்படுத்தப்படுகின்றன.

ஒன்று, இரண்டு, பல!

E. B. டைலர் (1871) 'போடோகுடோ' இனத்தை சார்ந்தவர்களின் எண்ணியலைப் பற்றி குறிப்பிடுகிறார். இந்த இன மக்களுக்கு தெரிந்தவை எல்லாம் 'ஒன்று', ஒன்றோடு இன்னும் ஒன்று சேர்த்தால் 'ஒரு ஜோடி' அவ்வளவுதான். இந்த இரண்டு சொல்லாடல்களைக் கொண்டுதான் அவர்கள் கணக்கீடு செய்தனர். மூன்றை குறிக்க- 'ஒன்றும், ஜோடியும்' என்றும்; நான்கை குறிக்க - 'இரண்டும், இரண்டும்' என்ற பொருள்பட

தான் குறிப்பர். அதற்கு மேல் கணக்கிடுவது அவர்களுக்குத் தெரியாது. அதிகமான எண்ணிக்கை என்பதை குறிக்க தங்கள் தலைமுடியைதான் குறிப்பிட்டு பயன்படுத்துவர். அதாவது என் தலையில் உள்ள முடிகளின் எண்ணிக்கை போல அதிகம் என்பதாகும்.

இதே போல் சோமர் பெல்ட் அவர்கள் (1938) 'அரண்டா'இன மக்களின் எண்ணியலை குறிப்பிடுகிறார். இம்மக்கள் எண்களை குறிக்க இரண்டே சொற்களை தான் பயன்படுத்துகின்றனர். 'நின்டா' (ஒன்று) மற்றும் 'தாரா' (இரண்டு) மூன்றை குறிப்பிட தாரா- மி- நின்டா (ஒன்றும் இரண்டும்) மற்றும் நான்கை குறிப்பிட தாரா- மா- தாரா (இரண்டும் இரண்டும்) என்று குறிப்பிடுகின்றனர். பெரிய அளவுகளை குறிக்க அதிகம், நிறைய போன்ற வெவ்வேறு சொற்களை பயன்படுத்தினர். இன்னமும் கூட உலகில் பல தீவுகளில் வாழும் புராதான பழமைவாத மக்கள் மேலே உள்ள எண் முறையை தான் பின்பற்றி வருகின்றனர் என்பது உங்களுக்கு வியப்பை அளிக்கும். முரரி தீவுகள், டோரஸ் ஸ்டார்ட்டிஸ் தீவுகள் என பல தீவுகளில் நான்கிற்கு மேல் 'பல, ஒரு கூட்டம்' போன்றவையே எண்ணிக்கையாகும். இம்மக்களுக்கு கணக்கீட்டின் நவீன முறைகளை கற்றுத்தர மேற்கொண்ட முயற்சிகள் பலன் அளிக்கவில்லை. ஏனெனில் ஒன்று இவர்களுக்கு எண்ணுவதற்கு பெரிய தேவையென்று எதுவும் இல்லை எனலாம். ஆனால், அதைவிட முக்கியமான காரணம் நாம் பின்பற்றி வரும் எண்ணியல் முறை கற்றுக் கொள்ள மிகக் கடினமானதாக உள்ளதேயாகும். மனிதகுலம் இதுவரை கண்டுபிடித்ததிலேயே மிகக் கடினமான பருப்பொருள் எண்கள் தான். எண்ணுதல், பேசுதல், எழுதுதல் ஆகிய திறன்களில் எண்ணுதல்தான் மிகக் கடினமானது. எனவேதான் குழந்தைகள் பேசுதல் எழுதுதலை விட எண்ண கற்க அதிக நேரம் எடுத்துக் கொள்கின்றனர்.

இவ்வாறு ஆதிகாலத்தில் இருந்த எண் உணர்வு விரிவடைய மொழியும், தன் அறிவின் மூலமாக மனிதன் எண்களுக்கு கொடுத்த குறியீடுகளுமே உதவியாக இருந்தன. எண் உணர்வை வளர்ப்பதில் மொழிக்கு முக்கிய பங்கு உள்ளது. எண் உணர்வு வளர்ச்சியில் எண் உருவும், எண் பெயர்களும் முக்கியமானவை.

வரலாற்றுக்கு முற்பட்ட காலங்களில் நம் மூதாதையர்கள் மிக எளிய முறையில் எண்ண கற்றிருந்தனர். காலப்போக்கில் எழுத்துகளை மனிதர்கள் கண்டுபிடித்த போது எண்களை ஒவ்வொருவரும் ஒவ்வொரு உருவம் தந்த குறிப்பிட அது மாற்றம் கண்டது. இந்த எண்களின் மொழியில் எந்த அளவிற்கு எளிமையாக உள்ளதோ அந்த அளவிற்கு குழந்தைகளின் கணித திறன்களின் தாக்கம் இருக்கும். உதாரணமாக சீனா போன்ற நாடுகளில் 15-ன் "எண் பெயரை"[1] - 'பத்து- ஐந்து' என்று குறிப்பிடுவர். 57ஐ 'ஐந்து-பத்து-ஏழு' என்று குறிப்பிடுவர். நம் தமிழிலும் ஏறத்தாழ 15, 57 என்ற எண்களை பதினைந்து, ஐம்பத்தேழு என சீன வழக்கில் உள்ளது போல தான் குறிப்பிடுகிறோம். நம் ஆசியா கண்ட நாடுகளில் பத்தின் அடிமானத்தை[2] குறிக்கும் விதமாகவே எண்களின் உச்சரிப்பும் பெயர்களும் இருக்கிறது. அதுவே பெரும்பாலான ஐரோப்பிய நாடுகளில் 100 வரை உள்ள எண் பெயர்கள் முறையற்று மாறி மாறி வரும். உதாரணமாக பிரெஞ்சு மொழியில் 92ஐ 'நான்கு இருபது பன்னிரெண்டு' அதாவது $4 \times 20 + 12$ என்று கூறுவர். இவ்வாறு ஒவ்வொரு எண்ணிற்கும் வெவ்வேறு பெயர்கள் இருப்பது குழந்தைகளை கணிதம் கற்க ஏற்றதாக இருக்காது. கடினமாக உள்ள எண் பெயர் அமைப்பு முறைகள் குழந்தைகளின் எண்ணும் திறனை குறைக்கும்.

எண் பெயர்கள், எண் அறிவை பாதிக்கின்றன. அதேபோல் எண் பெயர்களை எவ்வளவு விரைவாக உச்சரிக்க முடிகிறதோ அது குழந்தைகளின் எண்களின் நினைவு அளவை (Memory span) பாதிக்கும். குழந்தைகள் அவர்கள் குறுகிய கால

1. Number name
2. Base ten Number system: பத்தின் அடிமான எண்கள்: எண்கள் என்பவை முடிவற்ற ஒரு நுண்பொருளாகும் (Abstract concept). எனவே அதை ஒழுங்கு முறையில் கொண்டுவர இடமதிப்பு என்ற கருத்தை மனிதர்கள் கண்டுபிடித்தனர். ஒவ்வொரு எண்ணிற்கு ஒரு எண்ணுரு கொடுத்துக்கொண்டே செல்வது கடினம். அதை நாம் நினைவில் வைத்து பயன்படுத்துவதும் கடினம். இதனை கருத்தில் கொண்டு ஒவ்வொரு கலாச்சாரத்திலும் இட மதிப்பு என்ற கருத்தை பின்பற்ற தொடங்கினர். அதன்படி சில குறிப்பிட்ட எண்கள் மட்டுமே பயன்படுத்துவது, இட மதிப்பை வரையறை செய்வது. அவ்வெண்ககள் தாங்கள் இடம்பெற்றுள்ள இட மதிப்பிற்கு ஏற்ப மதிப்பை பெரும். இவ்வாறு இந்திய - அரேபியா எண் முறையில் 0-9 ஆகிய பத்து எண்கள் மட்டுமே பயன் படுத்த படுகின்றன. அதையே பத்தின் அடிமான எண் முறை என்று கூறுவர்.

நினைவகத்தில்(short term memory) எத்தனை எண் பெயர்கள் வைத்திருக்க முடியும் என்ற அளவு அவர்களின் ஆரம்ப கால கணிதத் திறன் வளர்ச்சியில் பெரும் பங்கு வகிக்கிறது.

குழந்தைகள் முதலில் எண் பெயர்களை கற்கின்றனர், பின்னர் எண் அளவை பெயரோடு தொடர்புபடுத்தி பார்க்கின்றனர். எண் பெயருக்கும், எண் அளவைக்குமான தொடர்பை எளிமையாக்குவதும், விரைவுப்படுத்துவதும் கலாச்சாரத்திற்கும் மொழியியல் பண்பாட்டிற்கும் ஏற்ப மாறுபடும்.

எந்த அளவிற்கு எண்களின் மொழியை எளிமையாக்கி குழந்தைகளுக்கு வழங்குகிறோமோ அந்த அளவிற்கு கணித ஆற்றலை விரைவாக குழந்தைகள் பெறுகின்றனர் என்பது உறுதியாகும்.

3. எண்ணுணர்வு என்றால் என்ன?

காக்கையும், குருவியும், மாடும், மனிதனும், என உயிர்கள் அனைத்தும் பெற்றிருக்கும் எண் உணர்வை புரிந்துகொள்ள அதில் இன்னும் கொஞ்சம் ஒளி பாய்ச்சி பார்ப்போம்.

எண் உணர்வின் வரையறை

எண் உணர்வு எனப்படுவது எண்களைப் பற்றிய உள்ளுணர்வு. அதன் பயன்பாடுகள் மற்றும் விளக்கங்களாகும். கணக்கீட்டின் வெவ்வேறு நிலைகளில் உள்ள துல்லியத்தை பாராட்டுவதும் மற்றும் எண்-கணித பிழைகளை கண்டறியும் திறனாகும். எண்களை அறிவார்ந்த முறையில் பயன்படுத்துவதற்கான சிறந்த அணுகுமுறையாகும். (McIntosh, Reys and Reys 1991 & Howden 1989).

எண்ணுணர்வு என்பது குழந்தைகளிடம் ‘இருக்கு-இல்லை’ என்று வரையறுத்துக் கூறும் ஒரு பொருளல்ல. மாறாக தொடர் அனுபவ அறிவின் வழியாக வளர்த்து வலுவூட்டப்பட வேண்டியது. இது தற்செயலாக உருவாகாது. இது எண்களை கையாளும் திறமையும் கிடையாது. ஆனால் இது எண்களுடனான அறிமுகம் மற்றும் பரிட்சயத்தை அவசியம் பிரதிபலிப்பதாக இருக்க வேண்டும்.

எல்லாவற்றிற்கும் மேலாக, எண்ணுணர்வு என்பது எண்ணியல் சூழ்நிலைகளை புரிந்து கொள்வதற்கான விருப்பத்தால் வகைப்படுத்தப்படுகிறது. எண்களை சூழலுடன் தொடர்பு படுத்துவது மற்றும் எண்களை கையாளுதலின் விளைவை பகுத்தாய்வு செய்வது உள்பட இது கணிதம் கற்பித்தல் மற்றும் கற்றல் ஆகியவற்றில் அனைத்து அம்சங்களையும் ஊடுருவக் கூடிய ஒரு சிந்தனை முறையாகும்.

எண்கள் மற்றும் அவற்றுக்கு இடையேயான தொடர்பை பற்றிய ஓர் உள்ளுணர்வு எண்ணுணர்வாகும். தொடர்ந்து எண்களை ஆராய்தல் வெவ்வேறு சூழல்களில் வடிவங்களில் அவற்றை காட்சிப்படுத்துதல் மற்றும் வழக்கமான பாரம்பரிய வரையறை உட்படாத வெவ்வேறு புதிய வழிகளில் அவற்றை தொடர்புபடுத்துதலாகும். *(Howden 1989).*

கணிதத்தின் அடிப்படையாக எண்ணுணர்வு செயல்படுகிறது. எண்களைப் பற்றிய நேர்மறை மற்றும் தன்னம்பிக்கையை அதிகரிக்கிறது. கணிதம் என்பது கண் கட்டி வித்தை அல்ல. அது முழுதும் பொருள் பொதிந்தது. ஒவ்வொரு எண்ணிற்கும் அர்த்தம் உள்ளது. மேலும் கணித கணக்குகளின் விடைகள் ஒன்றும் மாயாஜாலங்கள் அல்ல விடைகள் யூகிக்கக் கூடியவை, எதிர்பார்த்து கிடைக்க கூடியவை, அவை அறிவோடு தொடர்புடையவை இந்த புரிதல் இருப்பதுதான் எண் உணர்வாகும்.

எண்ணுணர்வு என்பது ஒரு வார்த்தையில், ஒரு வரியில் 'இதுதான்' என்று அறுதியிட்டுக் கூற முடியாதது. ஒற்றைத் தன்மை கொண்டதல்ல எண்ணுணர்வு. எண்ணுணர்வு என்பது பரந்துபட்டதும், ஆழமானதுமாகும். இவ்வாறு கூறுவதை வைத்து, "ஐயோ! இது மிகவும் புரிந்துகொள்ளமுடியாத புதிராக இருக்குமோ!" என்று அச்சப்பட தேவையில்லை. சுலபமாக புரிந்து கொள்ளும் வகையில் சொல்லப் போனால்-எண்கள் பற்றிய நம் புரிதல் உணர்வை எண்ணுணர்வு எனலாம். எண்களின் அர்த்தம் என்ன, அவற்றின் மதிப்பு என்ன, எண்களின் குணங்கள் என்ன, "குணங்கள்" என்று இங்கு குறிப்பிடுவது பெரியது சிறியது என்ற அர்த்தத்தில். எண்களுக்கு இடையேயான தொடர்பு ஒப்புமைகள் அனைத்தும் எண்ணுணர்வில் அடங்கும்.

இன்னும் புரியும்படி சொல்லப்போனால் 'எண்களை நெகிழ்வுத் தன்மையோடு லாவகமாக கையாளும் திறனை எண்ணுணர்வு' எனலாம்.

அமைப்பு முறையைப் பற்றி புரிந்துகொள்ளவும் எண்களை தொடர்புகொள்ளவும் இது உதவுகிறது. வெவ்வேறு சூழலுக்கு தக்கவாறு எண்களை பயன்படுத்துவது என்பதும் எண்ணுணர்வாகும்.

தினம் தினம் நம் அன்றாட வாழ்க்கையில் அளவுகள்-அளவீடுகள், காலம்-நேரம், காசு-பணம், தூரம் என ஒவ்வொன்றையும் எண்களாக எண்களோடு உறவாடிக் கொண்டு இருக்கிறோம். எனவே எண்களோடு நாம் உறவாட தேவையான திறன்களின் தொகுப்பாகவே நாம் எண்ணுணர்வை பார்க்க வேண்டும். அவ்வாறான எண்ணுணர்வு தன்னகத்தே உள்ளடக்கியுள்ள திறன்கள் இங்கே குறிப்பிட்டுள்ளேன்.

- ★ அளவுகளைப் புரிந்து கொள்ளுதல்.
- ★ அதிகம், குறைவு/ பெரியது, சிறியது போன்ற கருத்துகளை உட்கிரகிக்க உதவுகிறது.
- ★ எண் மதிப்பு மற்றும் எண் வரிசையை புரிந்துகொள்ளுதல்.
- ★ அளவை குறிக்கும் குறியீடுகளை புரிந்துகொள்ளுதல். உதாரணமாக '5' என்ற எண் குறியீடு ஐந்து பொருட்களை குறிக்கிறது.
- ★ எண்களை ஒப்பிட்டு அறிதல்.
- ★ பொருட்கள் தனியாக இருப்பதற்கும் அவையே குழுவாக இருப்பதற்கும் இடையே உள்ள தொடர்புகளை உணர்தல். உதாரணமாக 7 என்று சொல்வது ஏழு தனித்தனி பொருட்களை குறிப்பதாக நாம் நினைக்கலாம். ஆனால், அந்த ஏழு என்பது ஏழு பொருட்களை கொண்ட ஒரு குழு என்பதைப் புரிந்து கொள்வது எண்ணுணர்வாகும்.

பழங்காலங்களில் பள்ளிகளில் கற்பிக்கப்படும் கணிதம் என்பது கணக்கிடுதல், விடை காண்பதோடு நின்றுவிட்டது. ஆனால், பெரும்பாலான குழந்தைகள் கணிதப் பாடத்தில் சிரமப்படுவதை கல்வியாளர்கள் உணர்ந்தனர். அதன்பின் செய்யப்பட்ட பல்வேறு ஆராய்ச்சிகளின் முடிவில் குழந்தைகள்

கணக்கிடுதல் செய்ய முதலில் எண்களைப் பற்றிய புரிதல் அடிப்படைத் தேவையாக இருப்பதை கண்டுபிடித்தனர். அந்த அடிப்படை புரிதலை எண்ணுணர்வு என்று வரையறுத்தனர். எண்ணுணர்வு என்ற அடித்தளம் இல்லாமல் கணித கற்றல் இல்லை. எனவே அடித்தளத்தை உறுதியாக்க எண்ணுணர்வில் கவனம் செலுத்தவேண்டிய தேவை தோன்றியது.

4. எண்ணுணர்வு குறைபாடுகள்

எண்ணுணர்வில் குறைபாடு உடைய குழந்தைகள் மற்றும் பெரியவர்கள் சாதாரண கூட்டல் கழித்தல் கணக்கு செய்வதில் கூட பெரிய சிக்கல்களை சந்தித்தார்கள். இவர்கள் தங்கள் வாழ்வின் அன்றாட வேலைகளான அளவீடுகள், பணத்தை கையாளுவது, நேரத்தை கணிப்பது போன்ற பல்வேறு இடங்களிலும் அதிகம் தவறுகள் செய்வர்.

எண்ணுணர்வை தன்னகத்தே பெற்றிராத குழந்தைகள் கணக்கிற்கு விடை காண தாங்கள் கற்ற அல்லது அறிந்த பாதுகாப்பான ஒற்றை வழிமுறையை பின்பற்றவே முற்படுவர். ஒரு விடை காண வகுப்பில் தாங்கள் கற்ற படிநிலைகளை சார்ந்தே இருப்பர். எண்களுக்கிடையே உள்ள தொடர்பை புரிந்துகொண்டு மிக எளிய வழியில் காணவேண்டிய விடையை தங்கள் முயற்சியற்ற உத்திகளால் மிகவும் கடினமாக்கி சிரமத்திற்கு உள்ளாவர்.

இக்குழந்தைகள் எப்பொழுதும் ஒரு சிறிய கணக்கை செய்வதற்குக் கூட பேனா பேப்பர் தேடுவதை நாம் காணலாம். ஏன் வளர்ந்த பெரியவர்களாகிய நம்மில் கூட பலர் இன்னும் இந்நிலையில்தான் உள்ளோம் என்பதை ஒப்புக்கொண்டுதான் ஆக வேண்டும். 42 + 56 என்ற கணக்கு வந்தவுடன் நம்மை அறியாமலேயே கைவிரல்களையும், மனதிலும் அந்த எண்களை ஒன்றன் கீழ் ஒன்றாக எண்ணி நம் நோட்டில் செய்த அதே கணிதப் படிகளை பொருத்திப் பார்த்து விடை காணும் பழக்கம் வளர்ந்த பெரியவர்களாகிய நம்மிடமும் இன்றும் உள்ளது தானே. இவ்வாறு 20, 30 வருடங்களுக்கு முன்பு மூன்றாம் வகுப்பில் ஆசிரியர் கற்றுக்கொடுத்த அந்த ஒற்றை வழி முறையை வைத்தே வளர்ந்த பிறகும் மனத்திரையில் விடை காண முற்படும் நமது கல்விமுறை எண் உணர்வை குழந்தைகளிடம் வளர்ப்பதில் எவ்வளவு பின்தங்கி உள்ளது என்பதை இங்கே குறிப்பிட விரும்புகிறேன். மூன்றாம் வகுப்பிலிருந்து பன்னிரண்டாம் வகுப்பு படிக்கும்வரை கூட பள்ளிக்கூடங்கள் விடுபட்டுப்போன எண்ணுணர்வை மாணவர்கள் மத்தியில் வளர்க்க தவறி விடுகின்றன. குழந்தையின் பள்ளிப் பருவத்தின் துவக்க காலத்திலேயே எண்ணுணர்வு வளர்ப்பதற்கான முறையான பயிற்சிகளை குழந்தைகளுக்கு கொடுக்க வேண்டும். இவ்வாறு எண்ணுணர்வு உருவாக்கப்படாமல் விட்டுவிடும் போது அங்கு ஏற்படும் இடைவெளியை பின்வரும் வகுப்புகளில் பூர்த்தி செய்யமுடியாமல் அவ்விடம் வெற்றிடமாகவே விடப்படுகிறது. இந்த வெற்றிடங்களை சுமந்துகொண்டு குழந்தைகள் அடுத்தடுத்த வகுப்பிற்கு செல்கின்றனர். இவ்வாறு போகும் குழந்தைகள் மேல் வகுப்பிற்கு செல்ல செல்ல அழுத்தம் தாங்க முடியாமல் பத்தாம் வகுப்பிற்குப் பிறகு கணிதம் எடுக்காமலேயே வேறு பாடங்களை விருப்பப்பாடமாக தேர்ந்தெடுத்து, கணிதத்திற்கு அத்தோடு முற்றுப்புள்ளி வைத்து விடுகிறார்கள்.

எண்ணுணர்வு பெறாதவர்களுக்கு ‘மனக்கணக்கு’ என்பது மறந்து போன கணக்காகிவிடும். ‘இதற்கு விடை என்னவாக இருக்கும்?’ என்று உத்தேசிக்க தயக்கம் காட்டுவர். ‘எதற்கு வம்பு!’ என்று வந்த விடையை அப்படியே ஏற்றுக்கொள்வது. ‘சரியாக இருக்குமா? அல்லது தவறாக இருக்குமா?’ என்று

தான் பெற்ற விடைக்கான காரண காரியங்களைப் பற்றி சிந்திக்க முற்படவே மாட்டார். வந்த விடையை அப்படியே ஏற்றுக் கொள்வர். மூளைக்கு முற்றுப்புள்ளி வைக்கும் இச்செயல் அவர்களிடம் எண்ணுணர்வு இல்லாமல் இருப்பதை காட்டுகிறது. காரண காரியங்கள் இவர்களை கலங்கடிக்கும்.

மிக எளிய கணக்கான 5 + 9 - இதற்கு விடைகாண ஒரு கையில் ஐந்து விரல்களும், மீதி ஒன்பது விரல்களுக்கு கால்களில் இருக்கும் பத்து விரல்களைப் பயன்படுத்துகின்ற குழந்தைகளும் இருக்கின்றனர், பெரியவர்களும் இருக்கின்றனர். 25 + 32 இதற்கான விடை தோராயமாக என்னவாக இருக்கும் என்று கேட்டால் கூட பேனா, பேப்பர் கொண்டு கணக்கு போட்டு ஐம்பதுக்கு அருகாமையில் இருக்கும் என்று கூறுவர்.

இவ்வாறு குழந்தைகளிடம் எண்ணுணர்வில் சிக்கல் இருப்பது அவர்கள் கணிதம் கற்கும் ஆரம்ப காலத்திலேயே துவங்கும். அதை நாம் கண்டுகொள்ளாமல் சரி செய்யாமல் விட்டு விட்டால் அதன்பின்னர் எண்ணுணர்வு பெறப்படாத குழந்தைகளாகவே பள்ளிப் பருவத்தையும் முடித்து வெளியே சென்றுவிடுவர். அவர்கள் பெரியவர்களானாலும் விடாது கருப்பு போல அவர்களை தொடர்ந்து தொல்லை கொடுத்துக்கொண்டே இருக்கும். அதுவே உரிய காலத்தில் சரியான பயிற்சியும் செய்தால் எந்த குழந்தையும் எண்ணுணர்வை சுவைக்க முடியும்.

5. எண்ணுணர்வு பெற பெற்றோரின் பண்புகள்

கணக்கிடும்போது பள்ளிகளில் கற்றுத் தரப்படும் ஒற்றை முறையைத் தவிர தனக்கென எண்களை கையாளும் திறனை இக்குழந்தைகள் பெறுகின்றனர்.

வழி முறைகளை பின்பற்றுதல் என்ற பழைய உலகத்தில் இருந்து, எண்களை கையாளுதல் என்ற பெரும் பிரபஞ்சத்தினுள் நுழையும்போது கணிதம் அவர்கள் வசமாகிறது.

கணக்குகளை தீர்ப்பது என்பது தீராத தலைவலி என்ற நிலையில் இருந்து அவற்றிற்கு தீர்வு காண தனக்கென வழிமுறைகளை வகுக்கின்றனர்.

தன்னம்பிக்கை துளிர்விடுகிறது. வணங்கா முடியாக இருந்த கணிதம் இவர்களுக்கு வளைந்து கொடுக்கிறது.

இவ்வளவு சிறப்புகளை கொண்டுள்ள எண்ணுணர்வை பெற்றோர்களிடையே காணப்படும் திறன்களை இப்போது காணலாம்.

1. கணக்கீட்டு மதிப்பீடு *(Computational estimation)*
2. மனக்கணக்கீடு *(Mental mathematics)*
3. எண்களின் ஒப்பிட்டு அளவை மதிப்பிடுதல் *(Judging the relative magnitude of numbers)*
4. பகுதி பகுதி முழுமை தொடர்பை அங்கீகரித்தல் *(Recognizing the part whole relationship and place value concepts)*
5. பிரச்சனை தீர்க்கும் முறை *(Problem solving) (Jenny way, 2005)*

கணக்கீட்டு மதிப்பீடு

ஒரு கணக்கிற்கு தோராய மதிப்பு காண காரண காரியங்களுக்கு உட்பட்டு நாம் செய்யும் உத்தேசமே கணக்கீட்டு மதிப்பீடு என்போம். ஒரு கணக்கை ஒரு குறிப்பிட்ட விதிகளையோ படிநிலைகளையோ பின்பற்றி தோராய ஆனால், ஏற்றுக்கொள்ளும் விடையை மனக்கணக்காக செய்து கூறும் திறனே கணக்கிட்டு மதிப்பீடாகும்.

ஒரு லிட்டர் பெட்ரோலின் விலை 96 ரூபாய் (3,Nov.,2022, Petrol price in Pondicherry, India) என்னுடைய வண்டி ஏழு லிட்டர் பெட்ரோல் கொள்ளும் எனில் நான் என் வண்டி பெட்ரோல் டேங்கை நிரப்ப எவ்வளவு செலவாகும் என்ற கேள்விக்கு தோராயமாக ரூபாய் 700 செலவாகும் என்று கணக்கிட்டு கூறுவது கணக்கீட்டு மதிப்பீடாகும்.

இன்னும் நிறைய உதாரணங்கள் கூறலாம். கணக்கீட்டு மதிப்பீட்டின் சில முறைகளை கீழே காணலாம்.

i) முதல் எண் முறை (front end method)

இந்த முறையில் எண்களின் இடது புறத்தில் உள்ள எண்ணில் கவனம் செலுத்தப்படும்.

	TH	H	T	O
	0	3	8	0
	4	2	5	0
+	2	7	2	0

இதில் இடப்புற எண்கள் என்றால் 0+4+2 = 6000 இதற்குப் பிறகு சிறிய சரிசெய்தல் மட்டும் பண்ண வேண்டும். எனவே அடுத்த இடத்தில் உள்ள எண்களை கூட்ட 3+2+7 =1200 மீதமுள்ள எண்களுக்கு ஒரு 100. அனைத்தையும் சேர்த்து 6000 + 1200+100=7300 விடையாக கிடைக்கும். இது ஒரு முறையாகும்.

ii) திருப்திகரமாக முடித்தல் / முழுமையாக்கும் முறை (rounding method)

இது பெரும்பாலும் நாம் அனைவரும் பயன்படுத்தக்கூடிய ஒரு தோராயமாக்கும் முறையாகும். இதில் கொடுக்கப்பட்டுள்ள கணக்கை மனகணக்காக செய்ய ஏதுவாக எளிமையாக்கி கொள்வதாகும்.

உதாரணமாக 46X83 இதில் முதல் எண்ணான 46 ஐ அதன் அருகில் இருக்கும் பத்தான 50 என்று மாற்றிக்கொள்ள வேண்டும். மற்றொரு எண் 83 ஐ அதற்கு அருகில் உள்ள பத்தான 80 என்று திருப்திகரமாக முடித்துக் கொள்ள வேண்டும். இப்பொழுது மனக்கணக்கை 50X 80 செய்து 4,000 என்று தோராய விடையை சுலபமாக கூறிவிடலாம்.

iii) இணக்கமான எண்களை குழுவாக்குதல் (Using Compitable numbers/ grouping)

ஒரு பெரிய பட்டியலில் உள்ள எண்களை கூட்டும்போது இணக்கமான எண்களை குழுவாக்கி சுலபமாகக் கூட்டுதல். இங்கு இணக்கமான எண்கள் என்று கூறுவது கூட்டுத்தொகை 10, பத்தின் மடங்கு, நூறு போன்று வரக்கூடிய எண்கள் உதாரணமாக

காய்கறி	விலை (₹) / 1 கிலோ[3]
தக்காளி	45
வெங்காயம்	25
முள்ளங்கி	30
பீன்ஸ்	80
கேரட்	50
முட்டைக்கோஸ்	25
புடலை	25
சுரைக்காய்	205

- இதில் தக்காளி, வெங்காயம், முள்ளங்கி இவற்றின் விலையை பின்வருமாறு குழுவாக்கி கூட்ட வேண்டும். மூன்றின் கூட்டுத்தொகை ₹.45+ ₹.25 = ₹.70+ ₹.30= ₹.100/- கிடைக்கும்.
- பின்னர் பீன்ஸ் ₹.80[3] அதனோடு சுரைக்காய் ₹.20 யை குழுவாக்க ₹. 100/- கிடைக்கும்.
- பின்னர் முட்டைக்கோஸ் ₹.25 அதனோடு புடலை ₹.25 சேர்க்க ₹.50 கிடைக்கும். இந்த ₹.50 தோடு கேரட் ₹.50 யை சேர்க்க ₹.100/- கிடைக்கும்.
- இறுதியாக மூன்று குழுக்களையும் சேர்க்க மொத்தம் ₹.300/- கிடைக்கும்.

(பத்தின் மடங்கு கூட்டுத்தொகை வரும் எண்களை உருவாக்கிக் கூட்டுதல்.)

---

3. 3, நவம்பர் 2022 அன்று புதுச்சேரி காய்கறி சந்தை விலைப் பட்டியலில் இருந்து எடுக்கப்பட்டது-https://rates.goldenchennai.com/vegetable-price/pondicherry-vegetable-price-today/

2) மனக்கணக்கீடு (Mental mathematics)

மாணவர்களுக்கு மட்டுமல்லாமல் பொதுவாக மனிதர்கள் தங்கள் அன்றாட வாழ்வில் பயன்படுத்தும் ஓர் அத்தியாவசிய முறை மனக் கணக்கீட்டு முறையாகும். பேப்பர் பேனா இல்லாமல் மனதிலேயே விரைவாக கணக்கிடுதல் என்று கூறலாம்.

எண்ணுணர்வு வளர்ச்சியில் மன கணக்கீட்டிற்கு முக்கிய பங்கு உண்டு கீழே சில உதாரணங்கள் நாம் பார்ப்போம்.

i) எது சிறந்த பேரம்? ஒரு பாக்கெட்டில் பத்து பென்சில்கள் உள்ளன. அவற்றை அப்படியே பாக்கிட்டாக வாங்கினால் ரூபாய் 20. அதுவே தனியாக வாங்கினால் ஒரு பென்சில் விலை மூன்று ரூபாய். இவை இரண்டில் எது நமக்கு லாபகரமானது என்பதை முடிவெடுக்க மனக்கணக்கு செய்வோம். *3 x 30 = 30* எனவே தனித்தனியாக வாங்குவதை விட ஒரு பாக்கெட் மொத்தமாக வாங்குவது சிறந்த பேரமாகும்.

ii) விரைவாக விடை காண மனக்கணக்கீட்டு முறை உதவவும். இறுக்கமாக இருக்கும் எண்களை உடைத்து மனக்கணக்கு செய்யலாம். உதாரணமாக 47+65 இதை 40+60= 100 என்றும் 7+5=12 என்றும் கூட்டி பின்னர் 100+12 =112 என்று மன கணக்கில் சுலபமாக விடை காணலாம்.

இவ்வாறு மனக்கணக்கீடு செய்ய குழந்தைகளுக்கு சிறந்த நினைவாற்றல் தேவைப்படும். கணித முன் வகுப்புகளில் கற்ற கணித உண்மைகள் (addition facts, multiplication facts, subtractions facts) போன்றவை அவர்களின் நீண்ட கால நினைவகத்தில் பதிவாகி இருக்கும்.. மனக்கணக்கு செய்யும்போது நம்மூளை வேலை நினைவகத்தில் (working memory) ஒரு கணக்கை தீர்க்க அடுத்தடுத்த படிகளை விரைவாக யோசித்து பயன்படுத்தும்.

எனவே இம்மனக்கணக்கில் குழந்தைகள் சிறந்து விளங்க எண்ணுணர்வு வளர்ச்சியில் போதிய பயிற்சி அளிப்பது முக்கியமாகும்.

மனக்கணக்கு செய்ய குழந்தைகளுக்கு நாம் போதிய வாய்ப்பு கொடுக்க வேண்டும். பேப்பர் பேனா இல்லாமல் எளிய கணக்குகளை தீர்க்க முடிந்த குழந்தைகள் வலிமையான எண்ணுணர்வு பெற்றுள்ளதை குறிக்கும்.

3) எண்களின் ஒப்பிட்டு அளவை மதிப்பிடுதல் (Judging the relative magnitude of numbers)

ஒப்பீடு அளவு என்பது கணித செயல்பாடுகளுக்கு மட்டுமல்லாமல் அன்றாட வாழ்க்கை பயன்பாட்டிற்கும் முக்கியமாகும். 2 என்ற எண் பெரியதா சிறியதா என்ற கேள்வியை எழுப்பும் போது உடனடியாக 2ஐ எதோடு ஒப்பிட வேண்டும் என்ற கேள்வி நம்மிடம் பின் தொடர்கிறது அல்லவா? இவ்வாறு ஒட்டுமொத்த கணிதமும் ஒப்பீட்டு அளவை சார்ந்தே உள்ளது. எந்த ஒரு கணித அளவீட்டு கேள்விக்கும் எண்களை ஒப்பிடாமல் பதில் சொல்ல முடியாது உதாரணமாக.

எண் கோட்டில் ஒன்பதை குறிக்க வேண்டும் என்பது செயல்பாடு. இச்செயல்பாட்டை எண் கோட்டின் அளவை வைத்தே நாம் செய்ய முடியும். எண் கோட்டின் அளவு 10 அலகு எனில்,

ஒன்பது கோட்டின் முடிவில் வரும். அதுவே எண் கோட்டின் அளவு 100 அலகு எனில், 9 கோட்டின் துவக்கத்திலேயே வரும்.

இது எண்களின் ஒப்பீட்டு அளவீட்டிற்கு ஒரு சிறந்த உதாரணமாகும்.

நிஜ வாழ்வில் இந்த ஒப்பீட்டு அளவீட்டிற்கு பின்வரும் உதாரணங்கள் கூறலாம்.

i. ஒரு டம்ளர் எலுமிச்சை ஜூஸ் போட இரண்டு ஸ்பூன் சர்க்கரை சேர்க்க வேண்டும். இதுவே நான்கு டம்ளர் ஜூஸ் போட எத்தனை ஸ்பூன் சர்க்கரை தேவை? இதில் விகிதாச்சார சிந்தனை ஒப்பிட்டு அளவோடு இணைந்து வருகிறது.

ii. இதே போல நான்கு நண்பர்கள் ஒரு கேக்கை பங்கு போடுவதையும், பத்து நண்பர்கள் அதே கேக்கை பங்கு போடுவதையும் ஒப்பிடும்போது நபர்கள் அதிகரிக்க, அதிகரிக்க பங்கின் அளவு குறைவதை நாம் அறியலாம்.

முன் மழலையர் வகுப்பில் குழந்தைகள் எண்களை எண்ணிக்கையாக கற்கின்றனர். பின்னர் பெரியது சிறியது என்று ஒப்பிட்டு அறிகின்றனர். தொடக்க வகுப்பிற்கு செல்லும் போது இவர்கள் இரண்டில் இருந்து நான்கை கழிக்க முடியாது என்று கற்கின்றனர். 7 யை இரு சமமாக பிரிக்க முடியாது என்று கற்கின்றனர்.

ஆனால் அடுத்தடுத்த மேல்வகுப்பிற்குச் செல்லும் பொழுது 7÷2 = 3 1/2 என்று பின்னமாகவும் (fraction), 3.5 தசம பின்னமாகவும் (decimal) எழுத முடியும் என்று அவர்கள் கற்றல் விரிவடைகிறது. அதுவரை 2-4 யை கழிக்க முடியாது என்று கற்றிருந்தவர்கள், இப்போது 2-4 = -2 என்ற மைனஸ் குறியீடு பயன்படுத்தி எதிர்மறை முழு எண்ணாக (Negative Integers) எழுதுகிறோம். இவ்வாறு முன் மழலையர் வகுப்பில் இருந்து எண்களின் பரிமாணம் வெவ்வேறு வடிவம் கொள்கிறது. இவற்றை புரிந்துகொள்ள எண்களின் ஒப்பீட்டு அளவை மதிப்பிடும் திறன் குழந்தைகளிடையே வளர்க்கப்பட வேண்டும். இத்திறனை பெற்றவர்கள் எண்ணுணர்வில் சிறந்து விளங்குவர் என்பது உறுதி.

4) பகுதி-பகுதி-முழுமை தொடர்பை அங்கீகரித்தல் (Part- Part- Whole Relationship)

பகுதி-பகுதி- முழுமை என்பது எண்களை பகுதிகளாக பிரிக்கலாம் என்ற கணித கற்றலில் பயன்படுத்தப்படுகிறது. இந்த சிந்தனையில் பயிற்சி பெற்ற குழந்தைகள் முழு எண்ணிற்கும் அதன் பகுதிகளுக்கும் உள்ள தொடர்பை புரிந்து கொண்டு கூட்டல், கழித்தல் போன்ற கணக்குகளை சுலபமாக செய்வார்கள்.

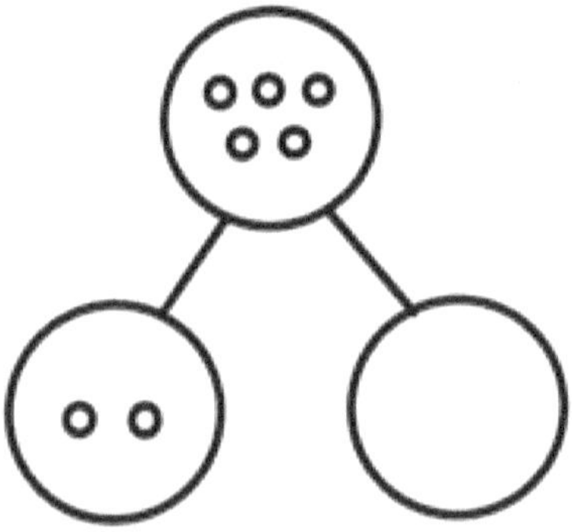

இவ்விளக்கப்படத்தில் ஐந்து என்பது முழுமையான அமைப்பு இதில் இரண்டு என்பது ஒரு பகுதி எனில் மற்றொரு பகுதி என்ன இதை இரண்டு விதமாக எழுதலாம்.

(i) 2 + _ = 5 *(ii)* 5 = 2+ _

இதுமட்டுமின்றி 5யை இன்னும் வெவ்வேறு பகுதிகளாக பிரித்து பார்க்க குழந்தைகள் கற்றுக்கொள்ள வேண்டும்.

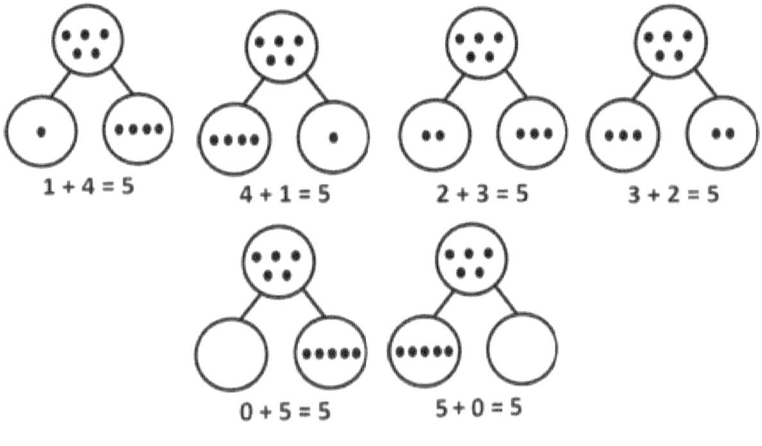

இவ்வாறு 5 என்ற முழுமையை வெவ்வேறு பகுதிகளாக குழந்தைகள் அறிந்து கொள்ள வேண்டும்.

எண்களின் கூட்டமைப்பை, பிணைப்பை குழந்தைகள் நன்கு பரிச்சயம் செய்து கொள்ள இந்த பகுதி முழுமை தொடர்பை புரிந்துகொள்வது அவசியம். குழந்தைகள் இரண்டாம் வகுப்பு முடிப்பதற்குள் 20க்கு உட்பட்ட எண்களின் பிணைப்பில் சரளமாக வேண்டும்.

உதாரணமாக வகுப்பின் உள்ளே 10 குழந்தைகள் உள்ளனர். எட்டு பேர் வெளியே விளையாட சென்றுள்ளனர் எனில், வகுப்பில் எத்தனை குழந்தைகள் உள்ளனர்?

இக்கேள்விக்கு உள்ளே இருக்கும் 10 மாணவர்களும் வெளியே உள்ள எட்டு மாணவர்களும் மொத்த வகுப்பின் பகுதிகள் என்பதை புரிந்து 10+8=18 மாணவர்கள் அவ்வகுப்பில் உள்ளனர் என்று விடை கண்டுபிடிப்பார்கள்.

இந்தப் பகுதி முழுமை தொடர்பு இட மதிப்பு கருத்தை புரிந்துகொள்ள பெரிதும் உதவும்.

5) பிரச்சனை தீர்க்கும் முறை (Problem Solving Method)

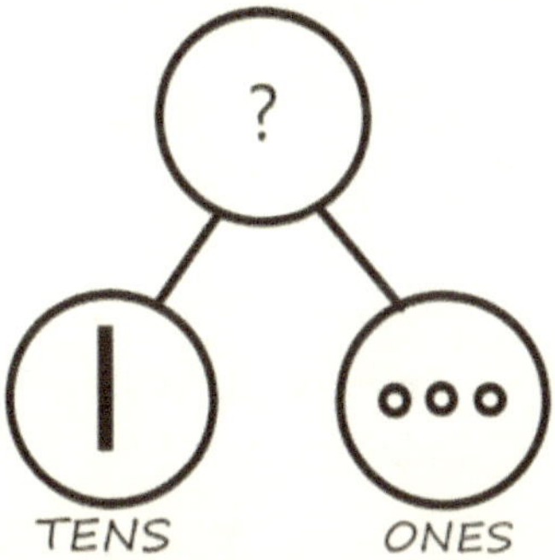

பிரச்சனை தீர்க்கும் முறை என்பது மாணவர்களின் கணித புரிதல் மற்றும் வளர்ச்சியை மெருகேற்றி மேம்படுத்தும் விதத்தில் அவர்கள் அறிவுக்கு சவால் விடும் வகையில் கொடுக்கப்படும் கணக்கீட்டு வேலைகளாகும்(mathematical tasks) (NCTM - National council for teacher of mathematics)

பிரச்சினையை தீர்த்தல் (problem solving) என்றாலே அதை நாம் கணக்கிற்கு தீர்வு காணுதல் என்றே பார்க்கிறோம்.

உண்மையில் பிரச்சனைக்கு தீர்வு காண மாணவர்களை தயார் படுத்துவதே கல்வியின் தலையாய நோக்கமாகும்.

கணிதத்தில் பிரச்சனையை தீர்த்தல் என்பது திறன் மற்றும் வழிமுறைகளை உள்ளடக்கியுள்ளது. திறன் என்பது கணக்கிடுதலையும், வழிமுறை என்பது படிநிலைகளையும் குறிக்கும்.

கணிதம் என்பதே தான் கற்ற திறன்களை புதிய சூழ்நிலையில் ஆக்கப்பூர்வமாக பயன்படுத்தும் வழிமுறை எனலாம்.

கணித "பிரச்சினை தீர்வு" முறையை புரிந்துகொள்ள "வழிமுறை", "விடை", "தீர்வு" ஆகிய வார்த்தைகளுக்கு இடையிலான வேறுபாடுகளை உணர வேண்டும்.

"விடை" என்பது அப்பிரச்சனை கேட்கும் ஒரு மதிப்பு அல்லது எண் போன்றவையாகும்.

ஆனால் "தீர்வு" என்பது அப்பிரச்சினையை தீர்க்க நாம் பயன்படுத்திய வழிமுறைகள், அதன் மூலமாக நாம் பெற்ற விடையை உள்ளடக்கியதாகும்.

பிரச்சினையை தீர்த்தல் நான்கு முக்கிய படிநிலைகளை கொண்டுள்ளது.

1. பிரச்சினையை ஆராய்தல் மற்றும் புரிந்து கொள்ளுதல்.

2. அதனை தீர்ப்பதற்கான உத்தியை கண்டுபிடித்தல்.

3. கண்டுபிடித்த உத்தியை பயன்படுத்துதல்.

4. மீண்டும் ஒருமுறை நாம் கண்ட தீர்வை திரும்பிப் பார்த்தல். சரி பார்த்தல் என்றும் கூறலாம்.

பெரும்பாலும் பிரச்சனை தீர்வின் இப்படி நிலையை குழந்தைகள் பெரிதாக எடுத்துக் கொள்வதில்லை. ஆனால், இது ஒரு முக்கியமான படிநிலையாகும். முதலில் நாம் வந்த பாதை, செய்த கணக்கீடுகள் பிழையற்று உள்ளனவா என்பதை பார்க்க வேண்டும்.

இரண்டாவதாக நாம் கண்ட விடை சரிதானா என்று பார்க்க வேண்டும். மூன்றாவதாக மீண்டும் ஒருமுறை திரும்பிப்

பார்க்கும்போது நாம் பின்பற்றிய வழிமுறை தவிர இக்கணக்கை தீர்க்க வேறு வழிமுறைகளும் உள்ளதை நாம் அறிந்து கொள்ள உதவும். இறுதியாக மாணவர்கள் பொதுமைப்படுத்தி கணக்கை விரிவாக்க கற்றுக் கொள்வார்கள்.

பொதுமைப்படுத்துதல் என்பது இக்கணக்கை அடிப்படையாகக் கொண்டு இதுபோல வேறு கணக்குகளை உருவாக்குதல், நீட்டிப்பு செய்தல் (extend) ஆகும்.

அதாவது ஒரு கணக்கு மூன்று காகங்களை பற்றி கேட்கப்பட்டிருக்குமாயின் இக்கணக்கை வெவ்வேறு எண்ணிக்கையிலான காக்காவிற்கு மாற்றி அமைத்து புதிய கணக்கை உருவாக்குதல். இதன் மூலம் குழந்தைகளின் அறிவை இன்னும் கூர்மையாக்கலாம்.

இவ்வாறு சிறப்பான எண்ணுணர்வு கிடைக்கப்பெற்ற குழந்தைகள் விடையை காணுதல் என்ற நிலையிலிருந்து அடுத்த படிநிலைக்கு செல்கின்றனர்.

அவர்கள் பெற்ற விடையை வார்த்தைகளால் விளக்க முடிகிறது. தான் கண்டுபிடித்த காரணத்தைக் கூற முடிகிறது. இன்னும் ஒருபடி மேலே சென்று சரியான விடையை மனக்கணக்காக அவர்களால் கணிக்க முடிகிறது.

எண்களுக்கு இடையேயான தொடர்பையும் அவற்றின் அமைப்பு முறைகளையும் இவர்களால் சுலபமாக சுட்டிக்காட்ட முடியும். ஒரு கணக்கிற்கு தீர்வு காண பல்வேறு வழிமுறைகளை கொண்டிருப்பர். சூழலுக்கு தகுந்தாற்போல் புதிய வழிமுறைகளையும் உத்திகளையும் அவர்களால் இயற்கையாகவே காணமுடியும்.

6. எண்ணுணர்வும் பார்த்துணர்தலும்

குழந்தைகளிடையே எண்கள் பற்றிய உள்ளார்ந்த உணர்வு மிகச் சிறிய பருவத்தில் இருந்தே துவங்குகிறது. 2 வயது குழந்தை புரிதலோடு கற்றுக் கொள்வதற்கு முன்பாகவே ஒன்று இரண்டு அல்லது மூன்று பொருட்களை எண்ணாமலேயே

தீர்க்கமாக அடையாளம் காண முடியும் என்கின்றனர் ஆராய்ச்சியாளர்கள் கெல்மென் மற்றும் கெலஸ்டெல். *(Gelman and Gellistel 1978)*

பார்த்துணர்தல்

ஒரு சிறிய குழுவில் உள்ள பொருட்களை எண்ணாமலேயே உடனடியாக அடையாளம் காணும் திறனை பார்த்துணர்தல் *(subitizing)* என்கிறார் பியாஜே. இச்சொல் இலத்தீன் மொழியில் இருந்து உருவானது. இலத்தீன் மொழியில் '*Subitus*' என்பதற்கு 'உடனடியாக' என்று பொருள். அதாவது பொருட்களைப் பார்த்த மாத்திரத்தில் சற்றும் சிந்திக்காமல் அது எவ்வளவு என்று சரியாக 'பார்த்துணரும்' திறனை '*subitizing*' என்கின்றனர்.

மனிதர்களைப் போலவே விலங்குகளுக்கும், பறவைகளுக்கும் எண்ணிக்கையைப் பற்றி அறிவு இருக்கிறது. அவையும் எண்களை பார்த்துணரும் திறன் கொண்டுள்ளன. இதுதொடர்பாக பல ஆராய்ச்சிகள் இவ்வுலகில் நடந்திருக்கின்றன. பொதுவாக பறவைகளாலும் விலங்குகளாலும் மூன்று பொருட்களை பார்த்துணர முடியும். அதிகப்படியாக ஐந்து வரை உள்ள எண்ணிக்கையை அடையாளம் காண முடியும் என்கின்றனர் ஆராய்ச்சியாளர்கள். இதை ஒரு கதையின் மூலமாக காணலாம்.

ஒரு பாழடைந்த கட்டடத்தின் உச்சியில் பறவை ஒன்று வாழ்ந்து வந்தது. அப்பறவையை வேட்டையாட வேண்டுமென்று ஒரு வேடன் முயற்சித்தான். ஆனால் அது வேடன் வருவதைப் பார்த்தவுடன் அதன் இருப்பிடத்தில் இருந்து வேறு இடத்திற்கு பறந்து சென்று விடும். மறைவான ஒரு மர உச்சியில் இருந்து இந்த வேடன் தன் இடத்தை விட்டு வெளியே வந்து விட்டானா

என்பதை உற்று கவனித்துக் கொண்டே இருக்கும். வேடன், வெளியே போன பறவை மீண்டும் வரும் என்று எண்ணி வெகுநேரம் அதன் வாழிடத்தையே கூர்ந்து கவனித்துக் கொண்டிருந்தான். வேடனும் நகர்வதாக இல்லை, பறவையும் திரும்பி வருவதாக இல்லை. வெகு நேரம் ஆகியும் அது திரும்பி வராததால் இன்று போய் நாளை வருவோம் என்று கிளம்பி விட்டான் வேடன். வேடன் தன் இடத்திலிருந்து வெளியே வந்ததை உறுதி செய்த பறவை, மறைவிடத்திலிருந்து பறந்து தன் வாழ்விடத்தை வந்து அடைந்தது. மீண்டும் மறுநாள் வேடன் பறவையை வேட்டையாட அதன் இடத்திற்கு வந்தான். அவன் வருவதைக் கண்ட பறவை முன்பு செய்தது போலவே மறைவிடத்திற்கு பறந்து சென்றது. வேடனும் காத்திருந்தான், பறவையும் பார்த்திருந்தது. வேடன் வெளியே வந்தான். அவன் வெளியே வந்ததை உறுதி செய்த பிறகு பறவை தன் வாழிடத்திற்கு சென்றது. ஒரு நான்கைந்து நாட்கள் வேடன் இதையே தொடர்ந்து செய்துகொண்டிருந்தான். இந்த உத்தி பலன் அளிக்காததால் அடுத்த நாள் தன்னுடன் இன்னொரு நபரையும் அழைத்து வருகின்றான். தான் வெளியே வந்தபிறகு பறவை உள்ளே வருவதால் பறவையை ஏமாற்றும் ஒரு சூட்சமத்தோடு இரண்டு நபர்களாக செல்கின்றனர். தான் வெளியே வந்ததும் பறவை உள்ளே பறந்து செல்லும். அப்போது இரண்டாவது நபர் பறவையை வேட்டையாடலாம் என்று திட்டம் போட்டிருந்தான் வேடன். இந்த முறை இருவராக வருவதை பறவை பார்த்துவிட்டது. பின் அதேபோல் வாழிடத்திலிருந்து மறைவிடத்திற்கு பறந்து சென்றது. சிறிது நேரம் காத்திருந்த வேடன் "நான் வெளியே செல்கிறேன். நான் சென்ற பிறகு பறவை தன் கூட்டிற்கு வரும். அப்போது நீ அதைக் கொன்றுவிடு" என்று கூறிவிட்டு வெளியே செல்கின்றான். இருவர் வந்ததை பார்த்த பறவை வெளியே ஒருவர் மட்டும் நிற்பதை உணர்ந்து கொண்டது. எனவே இரண்டாம் நபரும் வரும்வரை பறவை காத்திருந்தது. ஆனால் பறவையின் இந்த எண் உணர்வை அறியாத வேடன் பறவையை இன்று வேட்டையாடி விடலாம் என்று எண்ணி வெகு நேரம் காத்திருந்து ஏமாந்து போனான். இரண்டாவது நபரும் அவ்விடத்தை விட்டு வெளியே வந்தான். வந்த பிறகு இருவரும் வெளியே வந்ததை உறுதி செய்த பறவை அதன்பின்னர்

மறைவிடத்தில் இருந்து தன் வாழ்விடத்திற்குச் சென்றது. இந்த முறையும் ஏமாந்துபோன வேடன் மறுநாள் மூன்று நபராக சென்றான். இப்போதும் பறவை மூன்று நபர்களும் வெளியே வரும் வரை காத்திருந்து அதன் பின்னர் தன் வாழ்விடத்திற்கு சென்றது. அடுத்த நாள் வேடன் 4 நபர்களோடு சென்றான். இந்த முறையும் பறவை வேடனுக்கு ஏமாற்றத்தை கொடுத்தது. இதேபோல் ஐந்து நபர்கள் சென்றனர். அப்போதும் பறவை சுதாரித்துக் கொண்டது. அடுத்தநாள் 6 நபராக சென்றனர். ஆறு நபர்கள் வருவதைப் பார்த்த பறவை பறந்து மறைவிடத்திற்கு சென்றது இம்முறை. பறவை ஒவ்வொருவராக வெளியேறுவதை பார்த்துக்கொண்டிருந்தது; ஐந்தாம் நபரும் வெளியேறினார். அந்த நபர் வெளியேறிய பிறகு பறவை தன் வாழ்வதற்கு சென்றது. இம்முறை வேடன் வென்றுவிட்டான். ஆறாம் நபர் இருப்பது பறவைக்கு புரியவில்லை; வேடனிடம் அடிபட்டு உயிர் நீத்தது.

இக்கதையில் வரும் பறவைக்கு 1, 2 என்று பொருட்களை எண்ணத் தெரியாது. ஆனால், பறவையால் பொருட்களின் அமைப்பை வைத்து அதன் எண்ணிக்கையில் ஏற்படும் மாற்றத்தை பார்த்து உணர முடியும். இரண்டுக்கும் மூன்றுக்கும் இடையே ஏற்படும் மாற்றத்தை சுலபமாகவும், அதிகப்படியாக ஐந்து எண்ணிக்கையை பார்த்துணரவும் பறவைகளுக்குத் தெரியும். ஆனால் ஆறாவதாக ஒரு எண்ணிக்கை அதிகமாகும்போது அதனால் அதை புரிந்து கொள்ளவே முடியவில்லை, குழம்புகின்றது. இக்கதையில் உயிரையும் விட்டது.

இக்கதையில் வரும் பறவையை போலத்தான் மனிதனும். அறிவு வளர்ச்சிக்கு ஏற்ப பார்த்துணரும் திறன் மனிதரிடையே வளரக் கூடும். நான்கு வயது குழந்தை 4 பொருட்கள் அடங்கிய குழுவை எண்ணாமல் அடையாளம் காணமுடியும். இதுவே பெரும்பான்மையான வளர்ந்த பெரியவர்களிடம் அதிகப்படியாக 5 எண்ணிக்கை கொண்ட குழுவை பார்த்துணரும் திறன் இருக்கிறது. இது நாம் காணும் அமைப்பு முறைகளை எண்களோடு தொடர்புபடுத்தும் மனதின் திறனை அடிப்படையாகக் கொண்டுள்ளது. எனவே நாம் வெகுவாக பார்த்து பழக்கப்பட்ட அமைப்பு முறைகளில் இருக்கும் பொருட்களை 5க்கும் மேற்பட்டவையாக இருந்தால் கூட நம்மால் அறிய முடியும்.

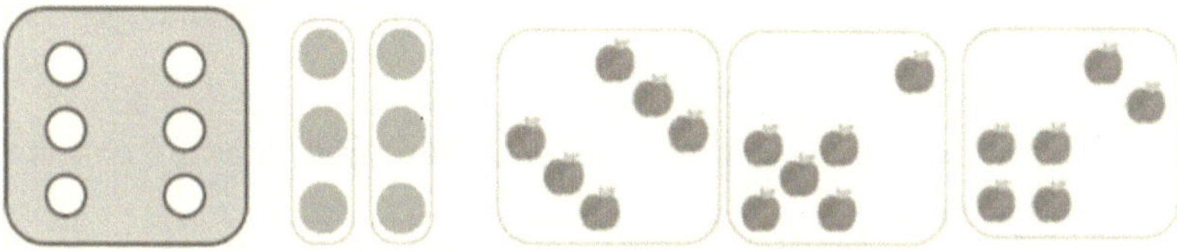

Figure 1 part- part- whole relationship

உதாரணமாக ஆறு என்ற எண் 3, 3 சிறு குழுக்களாக இருக்கும்போது அதை எண்ணாமலேயே நாம் அறியமுடியும். மூன்றும், மூன்றும் இணைய 6 கிடைக்கும் என்ற அறிவோடு, ஆறை சிறு குழுக்களின் சேர்க்கை என்ற புரிதல் இணைகிறது. இவ்வேளையில் பகுதி-பகுதி- முழுமை தொடர்பின் மூலமாக எண்ணாமலேயே பொருட்களை பார்த்து அறிய முடிகிறது.

7. எண்ணுணர்வை எப்படிப் புரிந்துகொள்வது?

பெயரிலேயே "எண்" என்று உள்ளதால் எண்களில் இருந்து தூங்குவதுதான் எண்ணுணர்வா என்று நினைக்கத் தோன்றலாம். ஆனால், எண்ணுணர்வு என்பது பிறப்பில் இருந்து துவங்குகிறது. ஒரு குழந்தை பிறக்கும் போதே எண் உணர்வோடுதான் பிறக்கின்றது. எனவே எண் உணர்வை எண்களோடும், பள்ளியோடும், வகுப்பறையோடும் தொடர்புடையது என்று சுருக்கிவிட முடியாது. அன்றாட வாழ்வில் நாம் செய்யும் ஒவ்வொரு செயலுக்கும் எண் உணர்விற்கும் தொடர்பு உள்ளது.

★ ஒரு வேலையை செய்ய எவ்வளவு நேரம் எடுக்கும்.

★ சாலையை ஒரு புறம் இருந்து மற்றொரு புறம் வண்டி வருவதற்குள் கடந்துவிட முடியுமா என்று முடிவெடுக்க.

★ குழாயில் தண்ணீர் பிடிக்கும் போது ஒரு தவலை நிரம்ப எவ்வளவு நேரம் எடுக்கும்.

★ ஒரு பையில் எவ்வளவு பொருட்கள் கொள்ளும்/ வைக்க முடியும்.

★ சிக்னலில் இரு வாகனங்களுக்கு இடையே நம்முடைய வாகனம் நுழைய முடியுமா, முடியாதா என்பதை பார்த்து முடிவெடுக்க.

★ காய்கறி கடையில் வாங்கிய பொருட்களுக்கு பணம் கொடுத்து மீதி சில்லரை வாங்குவது.

இவ்வாறு நம் அன்றாட வாழ்வில் நாம் செய்யக்கூடிய ஒவ்வொரு செயலுக்கும் எண் உணர்வோடு தொடர்புண்டு. எனவே எண்ணுணர்வு என்பது மனிதனின் அறிவு வளர்ச்சியோடும், சிந்தனைத்திறனோடும் நேரடி தொடர்புபடுத்தி விடமுடியும்.

கணிதத்தின் அடிப்படை எண்ணுணர்வு; அறிவு வளர்ச்சியின் அடிப்படை கணிதம்; எனவே அறிவு வளர்ச்சிக்கும் எண் உணவிற்கும் தொடர்பு இருக்கத்தானே செய்யும்.

8. எண்ணுணர்வை வளர்க்கும் செயல்பாடுகள்

'முதலாம் வகுப்பு கணிதம். அதிகபட்சமாக என்ன சொல்லி தந்து விடப் போற? 1 முதல் 100 வரை குழந்தைகளுக்கு எழுத படிக்க கற்று தந்தால் போதும்', என்று பல குரல்கள் வழக்கமாக ஒலித்துக் கொண்டே இருக்கும். அது ஏனோ நம் நாட்டில் எண் உணர்வை பற்றியும், முன் மழலையர் வகுப்பு, முதல் மற்றும் இரண்டாம் வகுப்புகளில் வளர்க்கப்பட வேண்டிய கணித திறன்கள் பற்றியும் பெரிய அக்கறை இல்லாமலேயே உள்ளதை நம்மால் காண முடிகிறது. இந்த நான்கு ஆண்டுகளில் எண் உணர்வை வளர்க்க நாம் எத்தனை சிரத்தை எடுத்துக் கொள்கிறோம்? சற்றே சிந்திப்போம்! இந்த நான்கு ஆண்டுகளில் குழந்தைகளிடம் வளர்க்கப்பட வேண்டிய கணிதத் திறன்களை சரியாகத் திட்டமிட்டு வளர்த்தோமா? அவ்வாறு நம்மால் குழந்தைகளிடையே வளர்க்கப்படாமல் விடப்பட்ட திறன்கள், மூன்றாம் வகுப்பில் குழந்தைகள் அடைய வேண்டிய கணித திறன்களில் என்ன எதிர்மறை தாக்கத்தை ஏற்படுத்தும்! போன்றவற்றைப் பற்றிய சிந்தனையோ, கவலையோ, பேச்சுக்களோ, விவாதங்களோ எங்காவது உள்ளதை நம்மால் காண முடிகிறதா? ஆண்டுக்கு ஒரு முறை செய்யப்படுகின்ற ஏசர் (ASER- Annual Status of Educational Report) ஆய்வின் அறிக்கை வெளியிடப்படும் போதும், ஐந்து ஆண்டுகளுக்கு ஒரு முறை நடத்தப்படும் தேசிய அடைவு திறன் சோதனை (NAS - National Achievement Survey) முடிவுகள் வெளியிடப்படும் போதும் அரசு தரப்பில் 'நம் குழந்தைகள் கணிதத் திறன் வளர்ச்சியில் பின்தங்கி உள்ளனர்' என்று அறிவிப்பும், அந்த குறைபாட்டை களைய வழங்கப்படும் பயிற்சி வகுப்புகள் என அக்காலகட்டத்தில் சிறு சலசலப்பு ஏற்பட்டு வெகு விரைவில் அமைதியும் வந்துவிடும். அத்தோடு மீண்டும் எண்கள், பாடங்கள், வாய்ப்பாடுகள் என நமது கணித வகுப்பறைகள் வண்டிச்சக்கரம் போல சுழல ஆரம்பித்துவிடும்.

ஒன்றுக்கு ஒன்று பொருத்துதல் (One to one correspondence)

கணித வகுப்பறைகள் இயந்திரமாகி போய் உள்ளன. கணித கற்றலின் அடிப்படை எண்ணுதலிலிருந்து துவங்குகிறது. அதனைத் தொடர்ந்து எண் பெயர்களை அறிதல், எண்ணுருக்களை

அறிதல் என்று விரிவடைகிறது. எண்ணிக்கை அடிப்படை என்றால் அதற்கு எண் பெயர் தெரிவது அவசியம். எண்ணிக்கையை அடையாளப் படுத்த எண்ணுரு தெரிவது அவசியம். எனவே இத்திறன்கள் ஒன்றோடு ஒன்று நெருங்கிய தொடர்பு கொண்டுள்ளது. பொருட்களை எண்ணும் போது ஒரு பொருளுக்கு ஒரு எண் என்று பொருத்தி எண்ணுவது ஒரு திறனாகும். இத்திறனுக்கு அடிப்படையாக இருப்பது ஒன்றுக்கு ஒன்று என்னும் கோட்பாடாகும்.

ஒரு முயலுக்கு ஒரு கேரட் என்று பொருத்த வேண்டும். இது பார்ப்பதற்கு மிக எளிமையாக இருக்கிறது. ஆனால், இதை பொருத்த குழந்தைகள் தடுமாறுகின்றனர். ஒரு சில மாணவர்கள் சொன்னவுடனேயே பட்டுபட்டென்று பொருத்தி விடுவார்கள். வகுப்பில் 25 குழந்தைகள் இருப்பின் ஐந்து மாணவர்கள் உடனே செய்து விடுவர். மீதம் உள்ள ஒவ்வொரு மாணவரும் இதனை செய்ய ஆசிரியர் உதவ வேண்டும். ஒரு முயலுக்கு இரண்டு கேரட்டுகள்; இரண்டு முயலுக்கு ஒரு கேரட் என்று பொருத்துவது; ஒரு முயலுக்கு ஒரு கேரட்டை பொருத்திவிட்டு மீதமுள்ள இரண்டு முயல்கள் இரண்டு கேரக்டர்களில் எவ்வாறு பொருத்துவது என்று தெரியாமல் அமர்ந்திருக்கும் குழந்தைகளையும்; இடியாப்ப சிக்கல் போல அப்படி இப்படி என்று சிக்கி குழப்பி வைக்கும் குழந்தைகளும் இருப்பர்.

இவ்வாறு குழந்தைகள் நாம் மிக எளிய திறன் என்று நினைப்பதை செய்ய கடினப்படுவதும், தவறு செய்வதும், குழப்பம் கொள்வதும், நம் கணித வகுப்பறைகளில் நடக்க வேண்டும். எடுத்த எடுப்பிலேயே ஆசிரியர் ‘இதோ பாருங்கள்! நான் பொருத்துவதைப் போல நீங்களும் கோட்டை இணைத்து பொருத்துங்கள்’ என்று கூறும் செயல்பாட்டில் கற்றல் எங்கே உள்ளது? அடித்தல் திருத்தல் இல்லாத கணித புத்தகங்கள் கற்றலை பறைசாற்றாது. எனவே குழந்தைகள் புரியவில்லை என்பதை பல்வேறு விதங்களில் வெளிப்படுத்த அனுமதிப்போம்.

அவர்கள் செய்யும் தவறுகளை திருத்த அவரிடம் உரையாட வேண்டும். உரையாடலில் முழு வகுப்பையும் ஈடுபட செய்ய வேண்டும். அப்போது ஆசிரியர் கூறுவதோ அல்லது பிற தோழிகள் சொல்வதோ அக்குழந்தைக்கு புரிய வர புத்திக்குள் 'பல்பு எரியும்'. பல்பு எரியும் அந்த ஒரு வினாடியே கற்றலின் உயிர் நாடி. இந்த உயிர் நாடி நம் கணித வகுப்பறையில் ஒவ்வொரு குழந்தையும் பெறுமாறு பார்த்துக்கொள்வோம்.

அதிகம் – குறைவு (More- Less)

நாம் மிக எளிமை என்று நினைக்கும் கணிதத் திறனில் அடுத்ததாக வருவது அதிகம் - குறைவு. குழந்தைகளுக்கு எப்போதும் எது குறைவு என்று கண்டுபிடிப்பதைவிட எது அதிகம் என்பதை கண்டுபிடிப்பதுதான் சுலபமாகும். உதாரணமாக கீழே உள்ள படத்தில் எது அதிகம் என்று கேட்டால் அவர்கள் எளிமையாக விடை கூறிவிடுவார்.

அதே கேள்வியை இவை இரண்டில் எது குறைவு என்று கேட்கும்போது, குழந்தைகள் முதலில் இவற்றுள் எது அதிகம் என்று தேடுவர், தேடிய பின் அதிகமாக இல்லாத மற்றொரு குழுவை குறைவு என்று கூறுவர். இந்த அதிகம் குறைவு என்ற திறனை தொடர் பயிற்சிகள் மூலமாக பொருட்களின் எண்ணிக்கையை உத்தேசித்து அறியும் திறனை (Approximation and Estimation skills) வளர்க்க நாம் பயன்படுத்த வேண்டும். இச்செயல்பாடு எண்களின் மதிப்பை அறியவும் குழந்தைகளின் உத்தேசித்து கணக்கிடும் திறனை வளர்க்கவும் பெரிதும் உதவும். சிறு சிறு அடிகள் தான் ஆனால் நீண்ட நெடிய பயணத்தில் முக்கிய பங்காளர்கள் அவர்கள். ஒவ்வொரு எளிய திறன்களுக்கு பின்னாலும் ஓர் எண்ணுணர்வு கோட்பாடு புதைந்துள்ளது. அவற்றை வளர்ப்போம்.

எண்ணுதல் (Counting)

பொருட்களை எண்ணுதலில் ஒவ்வொரு குழந்தையும் வெவ்வேறு படிநிலைகளில் இருப்பார்கள். பொருட்களை எண்ணும் போது எந்த குழப்பமும் தவறு இல்லாமல் கொடுக்கப்பட்டுள்ள வரிசைப் படியை எண்ணும் மாணவர்கள்.

இவ்வாறு ஒரு முனையில் துவங்கி நூல் பிடித்தார் போல் மறுமுனைக்கு வரிசையாக எண் பெயர் சொல்லி எண்ணும் குழந்தைகளை காணலாம்.

சில குழந்தைகள் எண்ணியவை எண்ணாதவை என இரண்டு குழுக்களாக மனதில் பிரித்துக் கொண்டு எண்ணுவர். கைகளால் எண்ணக்கூடிய பொருட்களாக இருப்பின்.

எண்ண வேண்டிய குழு   எண்ணப்பட்டக் குழு

குழந்தைகள் எண்ண துவங்கிய பின் ஒரு குழுவில் இருந்து எண்ணப்பட்ட பொருட்களைக் கொண்டு மற்றொரு குழுவை உருவாக்குவர். இப்படி ஒவ்வொன்றாக எண் சொல்லி குழுமாற்றுவதை நாம் காணலாம். இதுவே படங்களை எண்ணும்போது துவக்கத்தில் இப்பிள்ளைகள் சிரமப்படுவர்.

ஆனால், பழகப் பழக எண்ணிய பொருட்களை அடித்தல் போன்ற செயல்களை மேற்கொள்வர். இன்னும் ஒரு படி மேலே

சென்று மனதிலேயே படம் பிடித்து இவற்றை எண்ணிவிட்டோம், இவற்றை இன்னும் எண்ணவில்லை என்று அடையாளம் வைத்துக் கொள்ளும் பிள்ளைகளும் உள்ளனர்.

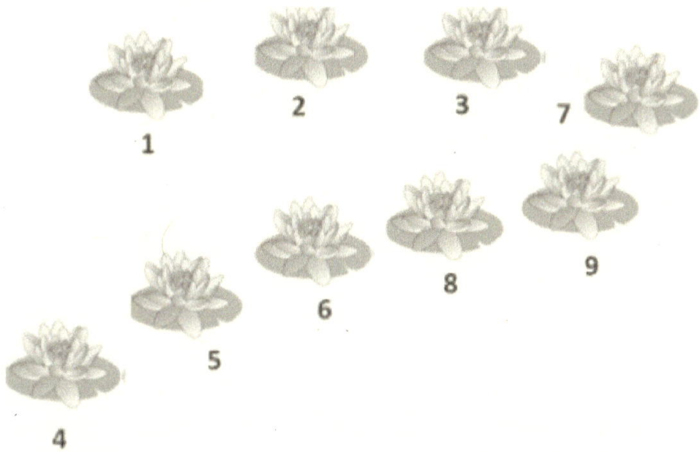

மேலே உள்ளது போல குழந்தைகள் எண்ணுவர் என்றால் உங்களால் நம்ப முடிகிறதா? இவ்வாறு என் ஒன்றாம் வகுப்பில் (2022) உள்ள சாய்நாப் என்ற குழந்தை வரிசை மாற்றி 9 பொருட்களை எண்ணும்போது, "ஐயோ! பார் வரிசை மாற்றி எண்ணுகிறாளே! கண்டிப்பாக தப்பு பண்ண போறா!' என்று என்னுடைய மேதாவி தனம் எனக்கு சொல்ல, அச்சிறுமி வரிசை மாற்றி மாற்றி எண்ணினாலும் தான் எண்ணியது எது, எண்ணாதது எது என்று சரியாக மனதில் வைத்து ஒரே முயற்சியில் ஒன்பதையும் சரியாக எண்ணிக் காட்டி என் மேதாவித்தனத்தை தன் சிறு கைகளால் உடைத்தெறிந்தாள்.

வகுப்பில் உள்ள ஒவ்வொரு குழந்தையையும் எண்ண வைத்து பார்க்கும் போது தான் இது போன்ற கற்றல்கள் ஆசிரியர்களுக்கு கிடைக்கிறது.

சாய்நாப் சிறப்பான எண்ணுணர்வு பெற்ற குழந்தை என்று நான் அடையாளம் கண்டு கொண்டேன். ஒவ்வொரு குழந்தையையும் செய்யச் சொல்லிப் பாருங்கள் உங்கள் வகுப்பில் உள்ள சாய்நாபை நீங்கள் அடையாளம் கண்டு கொள்ளுங்கள்.

எண்ணுதல் இன்னும் முடியவில்லை. ஒரு குழந்தை ஏழு பொருட்களை எண்ண வேண்டும்.

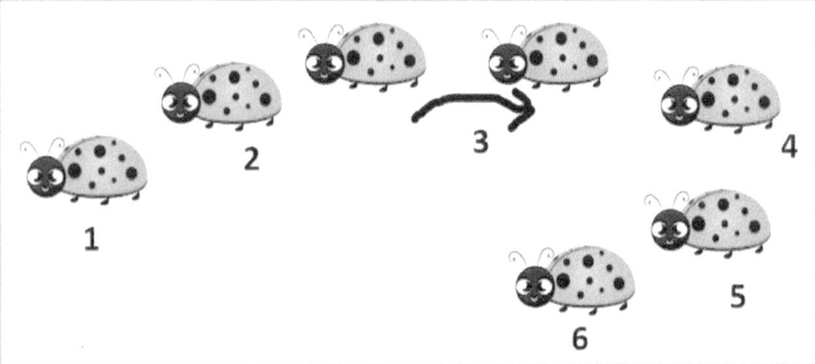

இக்குழந்தை மேலே காணப்பட்டுள்ளது போல எண்ணுகிறாள். ஒன்று, இரண்டு என்று ஒவ்வொரு பூச்சியை எண்ணியவள் மூன்று என்று சொல்லிக் கொண்டே நான்காவது பூச்சியையும் சேர்த்து எண்ணிவிடுகிறாள். அதன் பின்னர் நான்கு, ஐந்து, ஆறு என்று எண்ணி ஆறு பூச்சிகள் உள்ளன என்கிறார். நான் அவளை மீண்டும் எண்ணச் சொன்னேன். மீண்டும் ஏதேனும் ஒரு இடத்தில் ஒரு எண்ணை சொல்லிக் கொண்டு இரு பொருள்களை எண்ணிவிடும் தவறை செய்கிறாள். நான் அவளிடம் தெளிவாக ஒரு படத்திற்கு ஒரு எண் சொல்லி எண்ண வேண்டுமென்று கூறினேன். இப்போது அவர் கையும், வாயும் ஒருங்கிணைந்து செயல்பட்டன. எண்களை சொல்லும் வேகம் குறைந்தது. ஒவ்வொரு படத்திற்கும் ஒரு எண் சொல்லி கையை நகர்த்தினாள். இப்போது மற்ற தன் தோழிகளுக்கு கிடைத்தது போலவே ஏழு என்று விடை கிடைத்துவிட்டது என்ற புன்னகையோடு அவள் சிரிக்க, அவளை வெற்றி பெற்றவளாக உணர செய்தமைக்காக நானும் புன்னகைத்தேன். இவ்வாறு எண்ணுதல் என்று எடுத்துக் கொண்டால் மிகச் சிறு நுணுக்கங்களும் நுட்பங்களும் கிளை வேர்களாக படர்ந்து கொண்டே செல்லும். இவ்வேர்கள் ஒவ்வொன்றும் எண்ணுணர்வின் வளர்ச்சிக்கு அவசியம் என்பதை ஆசிரியர்களாகிய நாம் புரிந்து கொள்ள வேண்டும்.

கை விரல்கள் பயன்படுத்தி எண்ணுதல்

ஒரு முறை புதுவையின் மிகப்பெரிய தனியார் பள்ளி ஆசிரியர்களுக்கு கணித கற்பித்தல் பயிற்சியில் கருத்தாளராக என்னை அழைத்திருந்தனர். நான் அங்கு கலைத்திட்டம், பாடத்திட்டம், பாடகுறிப்பு எழுதுதல் ஆகிய தலைப்புகளில் பயிற்சி அளித்தேன். பயிற்சி நிறைவாக முடிவடைய ஆசிரியர்கள் என்னை சூழ்ந்து கொண்டனர். ஒன்றாம் வகுப்பிற்கு எண்ணவும், கூட்டல் கணக்கை கற்றுத்தரவும் என்ன செய்யலாம்? எந்த முறையை பயன்படுத்தலாம்; அரசு பள்ளியில் எந்த முறையில் கடைப்பிடிக்கின்றனர் என என்னை கேள்விகளால் துளைத்தனர். நான் சாதாரணமாக 'குழந்தைகளின் விரல்களை பயன்படுத்தலாமே' என்று கூறினேன். அவர்கள் விரலை பயன்படுத்தலாமா என்று ஆச்சரியமாகக் கேட்டனர். குழந்தைகளுக்கு துவக்க காலத்தில் விரல்களை பயன்படுத்தி எண்ண பழக்குங்கள். அதுவே சரியான முறை என்றும், ஐந்து கட்ட சட்டம்[4], பத்து கட்ட சட்டம்[5] (Five frame, ten Frame) என்று வெளிநாடுகளில் பயன்படுத்தப்படும் முறைகள் நம் கைவிரல்களின் மாதிரி வடிவங்கள் தான் என்று விளக்குகிறேன். அதன் பின்னர் தான் கைவிரல்களை பயன்படுத்துவதில் இத்தனை நன்மைகள் இருக்கின்றனவா என்று வியந்தனர். தனியார் பள்ளி என்பதால் கைவிரல்கள் கொண்டு எண்ணினால் நல்லா இருக்காது என்று அவர்களின் தவறான புரிதலை மாற்ற எனக்கு ஒரு சந்தர்ப்பம் கிடைத்தது இதோ இந்த புத்தகத்தின் மூலம் இதை படிக்கும் அனைவருக்கும் சொல்லிக்கொள்கிறேன்; குழந்தைகள் விரல்களை பயன்படுத்த அனுமதியுங்கள். உங்கள் வேலை சுலபமாகும். எண்ணுணர்வும் வளரும்.

---

4. ஐந்து கட்டங்கள் மூலமாக குழந்தைகளின் எண்ணுணர்வை வளர்க்கும் ஓர் கணித கருவி.

5. பத்து கட்டங்கள் கொண்ட கணித கருவி. ஒரு வரிசையில் ஐந்து என இரண்டு வரிசைகள் பத்து கட்டங்கள் இதில் இருக்கும். குழந்தைகளின் எண்ணுணர்வை வளர்க்கும் ஓர் கணித கருவி

முன் – எண் செயல்பாடுகள் (Pre-Number activities)

நாம் மிக எளிமையானவையாக நினைக்கும் செயல்பாடுகளின் வரிசையில் தான் முன் எண் செயல்பாடுகளும் வருகின்றன. பொருத்துவது, வேறுபடுத்துவது, ஒழுங்குபடுத்துவது, வரிசைப்படுத்துவது, குழு ஆக்குவது என்பவையாகும். ஒவ்வொரு கணித வகுப்பறைகளிலும் *Math Corner* கட்டாயம் இருக்க வேண்டும். *Math Corner* என்பதை 'கணித செய்முறை இடம்' என்று கூறுவோம். வகுப்பின் ஒரு மூலையில் மேலே குறிப்பிட்டுள்ள செயல்பாடுகளை செய்ய ஏதுவாக பல்வேறு வடிவ கட்டைகள், பல வண்ண வடிவங்கள், வெவ்வேறு அளவுள்ள வடிவ பொருட்கள் போன்றவற்றை வைத்திருக்க வேண்டும். எனது வகுப்பறையில் ஒரு கணித ஆய்வகமே *(Math Laboratory)*[6] நிறுவி உள்ளேன் *(2014)*. தற்போது நான் முதலாம் வகுப்பு கையாண்டு வருகிறேன். முதலாம் வகுப்பு குழந்தைகளும் கணித ஆய்வகமும் என்று ஒரு தனி புத்தகமே எழுதலாம். சேட்டைகளின் உச்சம் என் குழந்தைகள். அவர்கள் செய்யும் சேட்டைகளும் ஒரு வித மகிழ்ச்சிதான்.

ஆரம்பத்தில் குழந்தைகள் ஆர்வம் மிகுதியில் கட்டுப்பாடு இல்லாமல் அனைத்தையும் கலைத்துப் போட்டனர். அவர்கள் கலைத்துப் போட்டதை எடுத்து வைப்பதற்குள் நான் களைத்து போய்விடுவேன். எனவே அவற்றை ஒரு பீரோவில் போட்டு பூட்டி வையுங்கள் என்று என் சக ஆசிரியர்கள் கூறுவர். ஆனால் எனக்கு என்னவோ அவற்றை பூட்டி வைக்க மனமே வரவில்லை. குழந்தைகள் கண் பார்வையில் கைக்கெட்டும் தூரத்தில் வடிவங்களும் கணிதப் பொருட்களும் இருக்க வேண்டும். அதுவே நம் நோக்கமும் கூட. எனவே எத்தனை முறை அவர்கள் கலைத்துப் போட்டாலும், நான் எடுத்து வைத்து களைத்தே போனாலும் அவற்றை பூட்டி வைக்கக்கூடாது என்று உள்ளேன். நாட்கள் செல்லச் செல்ல அவர்கள் வகுப்பின்

---

6. கணித ஆய்வகத்தில் கணித கற்றல் கற்பித்தல் பொருட்களும், குழந்தைகள் தானே கற்றலுக்கான பொருட்களும், வடிவங்களும், புதிர்கள், கணித விளையாட்டுகளும் வைக்கப்பட்டிருக்கும். இப்பொருட்கள் தொட்டு உணர்ந்து, ஆராய்ந்து குழந்தைகள் கணித உலகத்தில் தங்களை விருப்பத்தோடு இணைத்து கொள்வர். கணிதத்தின் மீது ஆர்வத்தை உண்டு பண்ணவும், புரிதலை விரிவடைய செய்யவும் குழந்தைகளுக்கு இது உதவும்.

கற்றல் பொருட்களை கவனமாக கையாளும் பொறுப்பை அவர்களிடம் கொண்டு வர முடியும் என்று நான் நம்புகிறேன். மேலும் இப்போது அவர்கள் விளையாடி இறைத்தவற்றை மீண்டும் அந்தந்த பெட்டியில் வேறுபடுத்தி, வகைப்படுத்தி எடுத்து வைக்கும் பொறுப்பில் என் முதலாம் வகுப்பு குழந்தைகளை ஈடுபடச் செய்கிறேன். என் சுமை கொஞ்சம் குறைகிறது, எடுத்து ஏற கட்டி[7] வைக்கும் வகையறாவில் என் குழந்தைகளின் கற்றலும் நிகழ்கிறது. இந்த முன் எண் செயல்பாடுகள் பற்றி பின்வரும் அத்தியாயங்களில் மேலும் விரிவாகப் பார்ப்போம். குழந்தைகளின் எண்ணுணர்வு வளர்ச்சியில் முக்கிய பங்கு வகிக்கிறது. இதில் குழந்தைகள் முறையாக பயிற்சி பெற வேண்டும். 'என்னங்க நீங்க எதுக்கு எடுத்தாலும் முறையான பயிற்சி, தேர்ந்தெடுத்த பயிற்சி என்று அடுக்கிக் கிட்டே போறீங்க!' என்று கேட்கிறீர்களா? சரி, நம் அனைவருக்கும் செஸ் விளையாடத் தெரியும், கிரிக்கெட் விளையாடத் தெரியும். ஆனால் முறையாக பயிற்சி பெற்ற ஒருவருக்கும் நமக்கும் விளையாடும் முறையிலும், விளையாட்டு யுக்திகளை பயன்படுத்துவதிலும் நிறைய வித்தியாசங்கள் இருக்கும் தானே. முறையான பயிற்சி பெற்றவர் தன் பயிற்சியாளரின் அனுபவத்தோடு பலரின் அனுபவத்தை பயிற்சியின் மூலம் பெற்று, அத்தோடு தன் தனிப்பட்ட திறனை சேர்த்து விளையாடுகிறார். ஆனால் நாம், நம் திறனை மட்டுமே கொண்டு விளையாடுகிறோம். எப்போதும் தன் திறமையோடு சேர்த்து பிறர் அனுபவ அறிவையும் பெற்று விளையாடும் போது பலம் பொருந்தியவராக நாம் திகழலாம். எனவே குழந்தைகளை கணித அறிவை வளர்க்க முறையான பயிற்சி கொடுப்பது அவர்களுக்கு நல்லதுதான்.

காட்சிப்படுத்துதல் (Visualization)

எண்களை காட்சிபடுத்துவதன் மூலமாக பார்த்துருணரும் (subitizing) திறனை வளர்க்க முடியும். மூன்று வரை உள்ள எண்ணை பார்த்துணர நமக்கு இயற்கையாகவே தெரிந்திருக்கும். அதற்கு மேல் உள்ள எண்களை நாம் பார்த்துணர அவ்வெண்கள்

7. அந்தந்த பொருட்களை அதற்குரிய இடத்தில் ஒழுங்கு செய்து எடுத்து வைப்பது.

அடுக்கப்பட்டுள்ள அமைப்பு முறை நாம் ஏற்கெனவே கற்றிருக்க வேண்டும். ஒரு கப்போர்ட்டில் உள்ள எட்டு புத்தகங்களை பார்த்த மாத்திரத்தில் நம்மால் கூற முடியாது. ஆனால் தாயக்கட்டையில் உள்ள ஆறு, எட்டு, ஐந்து, பன்னிரண்டு என அனைத்தையும் பார்த்த மாத்திரத்தில் எத்தனை என்று நம்மால் கூற முடியும். ஏனெனில் நம் சிறு வயது முதல் தாயக்கட்டையின் எண் அமைப்பை கற்று வைத்துள்ளோம். எண்களை படங்களாக நம் நினைவகத்தில் பதிய வைத்துள்ளோம். இவ்வாறு பார்த்து உணரும் திறனை வளர்க்க டாமினோ[8] (Domino) பயிற்சி கொடுக்க வேண்டும். கீழே கொடுக்கப்பட்டுள்ளது டாமினோ.

இவை மூன்றுமே ஐந்தை குறிக்கும் டாமினோக்கள்தான் இதன் சிறப்பு என்னவென்றால் எண்களை காட்சிப்படுத்துவதாகும். அதுவும் ஒரே எண்ணை வெவ்வேறு வடிவங்களில், அமைப்புகளில், சேர்க்கைகளில் (combination) நாம் குழந்தைகளுக்கு காட்சிப்படுத்துகிறோம். இவ்வாறு தினம் தினம் நாம் காட்சிப்படுத்தும் போது குழந்தைகளுக்கு எண்கள் பரிச்சயம் ஆகிறது.

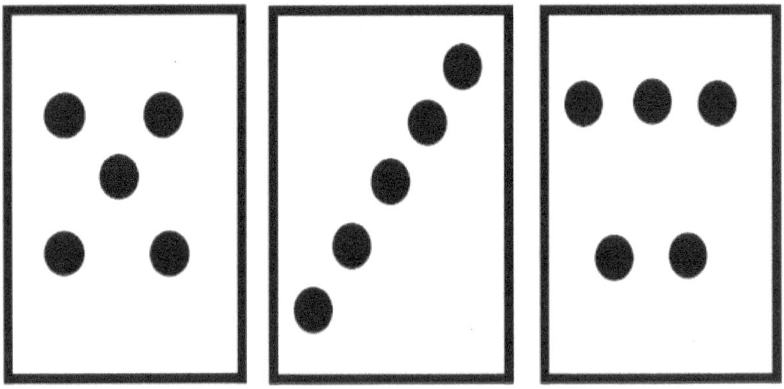

8. ஒரு செவ்வக அட்டையின், ஒரு பக்கத்தில் எண்களைக் குறிக்கும் புள்ளிகளைக் கொண்டதும் சிறிய தட்டையான மரக்கட்டையால் அல்லது பிளாஸ்டிக்கால் ஆனதுமான எண்ணுணர்வை வளர்க்க கூடிய ஓர் கற்றல் உபகரணம்.

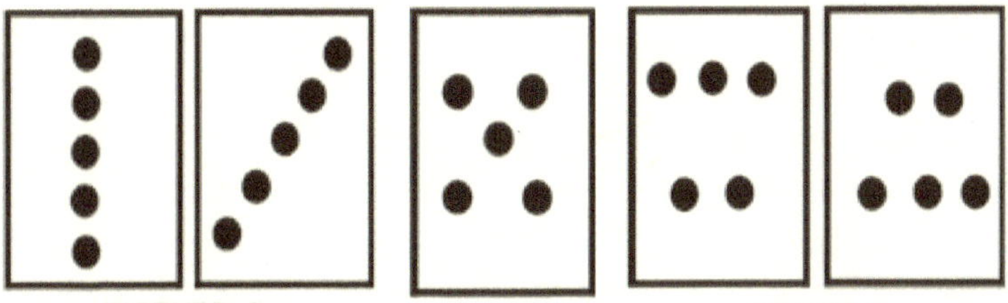

PICTURE 1 PICTURE 2 PICTURE 3

படம் 1: ஐந்து என்பதை ஐந்து ஒன்றுகளாக பார்க்கிறார்கள். 1+1+1+1+1

படம் 2: ஐந்தை இரண்டு கூட்டல் ஒன்று கூட்டல் இரண்டு என்று பார்க்கிறார்கள். 2+1+2

படம் 3: ஐந்தை மூன்று கூட்டல் இரண்டு இரண்டு கூட்டல் மூன்று என்று பார்க்கிறார்கள். 2+3, 3+2

இவ்வாறு பயிற்சி பெறும் குழந்தைகள் மனக்கணக்கில் பலே! பலே! என்று பாராட்டு வாங்குவர். எப்படி என்று கேட்கிறீர்களா... ஒரு கணக்கை எடுத்துக் கொள்வோம். 5+7 இக்கணக்கை பயிற்சி பெற்ற குழந்தைகள் செய்யும் விதம் பின்வருமாறு இருக்கும்.

முறை ஒன்று: ஏழை 5 கூட்டல் 2 என்று பிரிப்பர். பின்னர் 5+5+2. இதில் 5+5 யை கூட்டி 10, பத்தோடு 2 சேர 12 என்று விடை கூறுவர்.

முறை இரண்டு: ஐந்தை இரண்டு கூட்டல் மூன்று என்று பிரிப்பர். 2+3+ 7 இதில் மூன்றையும் ஏழையும் சேர்த்து பத்தாக்கி அத்தோடு இரண்டைக் கூட்டி 12 என்று விடை கூறுவர்.

மேலே உள்ள 2 முறைகளில் பெரும்பாலும் முறை ஒன்றுதான் குழந்தைகள் அதிகம் பயன்படுத்துவர். ஏனெனில் ஐந்து என்பது இலக்க எண்ணாகும். இலக்க எண்கள்[9] பற்றியும் பின்வரும் அத்தியாயங்களில் விரிவாக நாம் பார்ப்போம்.

---

9. *Bench Mark Numbers:* பெரிய எண்களை புரிந்துகொள்ள நாம் முதலில் சிறிய இலக்குகளை குறி வைத்து அதில் போதிய பயிற்சி பெற்று முன்னேற வேண்டும். அவ்வாறான இலக்க எண்களாக நாம் 5 மற்றும் 10 வைத்து கொள்கிறோம்.

தொடர் டாமினோ பயிற்சிகளை நம் வகுப்பறையில் வழங்க வேண்டும். இதற்கு தேவையான பொருள் டாமினோ அட்டைகள் மட்டும் தான். ஆசிரியர் டாமினோ அட்டைகளை கைகளில் வைத்துக்கொள்ள வேண்டும். ஒவ்வொன்றாக மாணவர்களிடம் காண்பித்து இதில் எத்தனை புள்ளிகள் உள்ளன என்று கேட்க வேண்டும். மூன்று வரை குழந்தைகள் எண்ணாமலேயே கூறிவிடுவர். அதற்கு மேல் உள்ள எண்களை தனித்தனியாகவோ அல்லது சிறு சிறு குழுக்களாக பிரித்து எண்ணி கூறுவர். தினம் தினம் பயிற்சி பெற குழந்தைகளின் மனக்கண்ணில் படம் போல பதிந்துவிட பார்த்த மாத்திரத்தில் எண்ணாமலேயே பதில் கூறுவர்.

இச்செயல்பாடு எண்களை வெவ்வேறு வித சேர்க்கை அமைப்பு முறையில் அறிய அடிப்படையாக அமைகிறது. கூட்டல் கழித்தல் என அனைத்திற்கும் இவ்வடிப்படை அடித்தளமாக அமையும். எனவே எண்ணுணர்வும் வளரும்.

2

எண்களுக்கு முன்னால்

குழந்தைகளின் அறிவு சார் வளர்ச்சியின் பலதரப்பட்ட சோதனைகளின் முடிவில் குழந்தைகள் எண்ணிக்கையை அறிவதற்கு முன்பாக பொருட்களின் பண்புகளை அறிகின்றனர்.

உதாரணமாக படத்தில் காட்டப்பட்டுள்ளது போல பத்து ஜாடிகளை ஒரே வரிசையில் அடுக்கி வைத்து ஒவ்வொரு ஜாடிக்கும் மிகச்சரியாக மேலே ஒவ்வொரு பூக்கள் வைக்கப்பட்டிருக்கும். 10 பூக்களை அதன் கீழே உள்ள பத்து ஜாடிகளோடு ஒன்றோடு ஒன்று பொருத்திப் பார்த்து சம அளவில் இருப்பதை காட்டும் ஒரு படம்.

அப்படத்தை குழந்தைகளிடம் காண்பித்து “பூக்களும் ஜாடிகளும் சமஎண்ணிக்கையில் உள்ளனவா” என்று கேட்கும் போது குழந்தைகள் எந்த குழப்பமும் இன்றி “சமமாகதான் உள்ளன” என்று கூறினர்.

அடுத்தகட்டமாக அவர்கள் கண்முன்னரே இதேபடத்தில் உள்ள பூக்களின் வரிசையை மட்டும் சற்று விரிவடைய செய்து ஜாடிகளுக்கு வெளியே செல்லுமாறு வைக்க வேண்டும். மீண்டும் அதே கேள்வியை குழந்தைகளிடம் கேட்கும்போது குழந்தைகள் “இல்லை ஜாடிகளைவிட பூக்கள்தான் அதிகமாக உள்ளன” என்றனர்.

ஒரு வரிசையில் அடுக்கப்பட்டுள்ள பொருட்களின் எண்ணிக்கையைவிட அவ்வரிசையின் நீளம் எவ்வளவு என்பதைப் பொறுத்தே குழந்தைகள் எது பெரியது என்ற கேள்விக்கு விடை அளிக்கின்றனர். இரண்டு குழுக்களில் சம அளவு உள்ள பொருட்களை ஒரு குழுவில் அருகருகில் அடர்த்தியாகவும், மற்றொரு குழுவில் இடைவெளிவிட்டு பரப்பியும் வைக்கும் பொழுது, குழந்தைகள் அடர்த்தி அதிகமாக இருக்கும் குழுவில் உள்ள எண்ணிக்கைதான் அதிகம் என்று கூறுகின்றனர். குழந்தைகள் இது போன்ற விடைகளை கூறுவதற்கு காரணம் அவர்களிடையே எண்ணியல் சார்ந்த அறிவு வளர்ச்சி பெறுவதற்கு முன்பாக பொருட்களின் பண்புகள் சார்ந்த அறிவு வளர்ச்சி பெற்றுள்ளது. அதனால்தான் எது அதிகமாக உள்ளது என்ற கேள்விக்கு பொருட்களை எண்ண வேண்டும் என்பதற்கு பதிலாக அக்குழுவின் அடர்த்தி, நீளம், குட்டை போன்ற அளவீட்டு பண்புகளை வைத்து விடை காண முற்படுகின்றனர். குழந்தைகளின் அறிவு வளர்ச்சியில் எண்ணிக்கைத் திறன் வளர்வதற்கு முன்பாக வெவ்வேறு பண்புகள், பொருட்களின் பரிமாணங்கள் பற்றிய அறிவு அவர்களிடம் இருக்கின்றது.

எண்கள் என்பவை புரிந்துகொள்வதற்கு மிகவும் கடினமான ஒரு கருத்துப் பொருளாகும். ஒவ்வொரு மனிதருக்கும், பொருளுக்கும் அதை சுட்டிக்காட்ட ஒரு பெயர் உள்ளது. அதுபோல எண்களின் வரிவடிவங்களுக்கு கொடுக்கப்பட்ட ஒலிவடிவம் தான் எண் பெயர்கள். அதற்கு முன்புவரை ஒரு படத்தை காண்பித்து இது ஆப்பிள், இது பொம்மை, இது மிட்டாய், இது பிஸ்கட் என்று வீடுகளில் கேள்விப்பட்ட குழந்தைகள் திடீரென்று ஒரு ஆப்பிளை காண்பித்து இது ஒன்று; ஒரு பிஸ்கட்டை காமித்து இதுவும் ஒன்று; ஒரு பொம்மையை

காண்பித்த இதுவும் ஒன்று - என்று கூறும்போது குழந்தைகளிடையே கருத்து மோதல் ஏற்படும். அந்த குழப்பமான மனநிலையை குழந்தையால் என்னவென்று விவரித்து கூறவும் முடியாது. பொதுவாக பள்ளிகளுக்கு வரும் முன்பே குழந்தைகள் மூன்று வரை எண்களை தெரிந்து கொண்டுதான் வருகின்றனர். அதில் ஒன்றும் சந்தேகமில்லை. ஆனால் அந்த எண்களுக்கான அர்த்தத்தில் புரிதலை உண்டு பண்ணும் போது இந்த கருத்து மோதல் குழந்தைகள் உள் மனதில் எழும்.

பொருட்கள் - பண்புகள் - மதிப்பு

குழந்தைகள் பொருட்களை நன்கு அறிவர். பொருட்களின் பண்புகள் பரிமாணங்களை வளரும் பருவங்களில் தொடர்ந்து காட்சிகளின் மூலமாகவும் பயன்படுத்துவதன் மூலமாகவும் புரிந்து வைத்துள்ளனர். பொருட்களிலிருந்து தம்மை சுற்றி உள்ள பல பண்புகளை அவர்கள் இயல்பாகவே அடையாளம் காணுகின்றனர். இந்த படிநிலைக்கு பிறகே பொருட்களை எண் மதிப்பு கொண்டு எண்ண கற்றுக் கொள்வர்; எனவே கணித அறிவு வளர்ச்சியில் பொருட்கள் பண்புகள் எண் மதிப்புகளுக்கு நெருங்கிய தொடர்பு உண்டு.

எனவே முன் மழலையர் குழந்தைகள் எண்களை பொருட்களை எண்ண கற்றுக் கொள்வதற்கு முன்னர் பொருட்களின் பண்பு சார்ந்த குணாதிசயங்களை ஆராய்ந்து அறிந்து தெளிவு பெற வேண்டிய கட்டாயம் உள்ளது. எது அதிகம் குறைவு என்ற பண்பை அறிந்துகொள்ளாமல் புரிந்து கொள்ளாமல் பொருட்களை அவர்கள் எப்படி எண்ண முடியும். எனவே எண்ண கற்றுக் கொள்வதற்கு முன்பாக எண்களுக்கு முன் செயல்பாடுகளை குழந்தைகளுக்கு அதிகமாக வழங்க வேண்டும்.

1. எண்களுக்கு முன் செயல்பாடுகள் என்றால் என்ன?

மேலே கூறியது போல குழந்தைகள் எண்கள் மற்றும் எண்ணுணர்வு பெறுவதற்கு முன் தம்மை சுற்றியுள்ள பொருட்களின் பரிமாணங்கள் மற்றும் குணங்களை புரிந்து கொள்ளவும், பெயரிட்டு அக்குணங்களை விளக்கவும், ஒரே

மாதிரியான பண்புகள் கொண்ட பொருட்களை குழுவாக்கவும், பண்புகளின் அடிப்படையில் அவற்றை வகைப்படுத்தவும், பொருத்தவும் கற்றுக் கொள்வதே எண்களுக்கு முன் செயல்பாடுகள் என்கிறோம்.

முன்மழலையர் வகுப்புக்கு வரும் குழந்தைகள் தங்கள் வீடுகளில் பெறப்பட்ட அனுபவத்தை அடிப்படையாகக் கொண்டு ஒரு புரிதலோடு நம்மிடம் வருகின்றனர். அவர்கள் பெற்ற அனுபவத்தை அடிப்படையாக வைத்து முறையாக தம்மை சுற்றியுள்ள சூழலை பார்க்க, புரிந்துகொள்ள, யோசிக்க, பிறரோடு பகிர்ந்து கொள்ள நாம் கற்றுத் தர வேண்டும். பியாஜே அறிவுசார்ந்த சோதனையில் குழந்தைகள் பெரும்பாலும் தோல்வி பெறுவதற்கு காரணம் பொருட்களின் பண்புகளை தவறாக புரிந்து வைத்துக் கொள்வதும், ஒன்றோடு ஒன்று குழப்பிக் கொள்வதும், மேலும் பொருட்களின் பண்புகளை விளக்கக்கூடிய சொற்களைப் பற்றி புரிதல் இல்லாமல் இருப்பதும் என்று ஆராய்ச்சியாளர்கள் கூறுகின்றனர். எனவே முறைசாரா அமைப்பிலிருந்து(Non-formal) அவர்கள் பெற்ற அனுபவங்களை அதற்கென்று தேர்ந்தெடுக்கப்பட்ட செயல்பாடுகளின் மூலமாக முறைப்படுத்தி குழந்தைகளின் அறிவு வளர்ச்சியில் பொருட்களின் பண்பு சார்ந்த புரிதலில் உள்ள குறைபாடுகளை சரி செய்யவும் குழப்பங்களைத் தெளிவுபடுத்தவும் நாம் மேற்கொள்ளும் முயற்சிகளின் தொகுப்பே எண்களுக்கு முன் செயல்பாடுகள் என்கிறோம்.

எண்ணுணர்விற்கும், எண்களை புரிந்துகொள்வதற்கும் இந்த முன் எண் செயல்பாடுகள் மிக முக்கிய பங்கு வகிக்கின்றன. இந்த முன்-எண் செயல்பாடுகளில் பயிற்சி பெறாமல் நேரடியாக பாட அறிவான எழுத்துக்களை அறிதல், எண்களை அறிதல் போன்ற நேரடி கற்றல் செயல்பாடுகளில் ஈடுபடுத்தப்படும் மாணவர்கள் பின் வகுப்புகளில் கல்வியிலிருந்து பின் தங்குவதை ஆராய்ச்சியின் மூலமாக நிரூபித்துள்ளனர்.

குழந்தைகளின் கற்றல் அளவு முக்கியமா, அல்லது தரமான கற்றல் முக்கியமா என்ற விவாதத்தை நாம் எடுத்துக் கொள்ளலாம். பெரியவர்கள் செய்யும் அனைத்தையும் குழந்தைகளால் செய்ய முடியும். ஆனால், அனைத்து திறன்களும்

பெரியவர்களைவிட குறைவான அளவே குழந்தைகளிடம் காணப்படுகின்றன. அப்படி என்றால் பெரியவர்கள் கற்கக்கூடிய அனைத்தையும் குழந்தைகள் கற்க முடியும் என்று தானே அர்த்தம். பெரியவர்களால் எழுத படிக்க முடியும் என்றால் முன் மழலையர்களுக்கும் எழுதப் படிக்க கூடிய திறன் இருக்கும் தானே. எனவே எவ்வளவு சீக்கிரமாக எல்கேஜி, யுகேஜி வகுப்புகளில் அவர்களுக்கு வார்த்தைகள், சொற்கள் போன்றவற்றை திணித்து எழுத படிக்க கற்றுத் தந்து விடுகிறோமோ அவ்வளவும் நல்லது தான். பெரியவர்கள் கற்கும் அனைத்தையும் சீக்கிரமாக குழந்தைகளுக்கு கற்றுக் கொடுத்தால் கற்றுக் கொள்வர் என்பது கற்றல் அளவு முக்கியம் என்பவரின் தரப்பு வாதமாகும்.

மற்றொருபுறம் குழந்தை வளர்ச்சி என்பது வெவ்வேறு படிநிலைகளில் தாமாகவே நடைபெறக் கூடிய ஒன்றாகும். குழந்தையின் அறிவு முதிர்ச்சியை அடிப்படையாகக் கொண்டு நடைபெறும் ஒரு வளர்ச்சியை நாம் முன்கூட்டியே அவர்கள் பெற்றுவிட வேண்டும் என்று நினைப்பது கால விரயம் தான். காலவிரயம் மட்டுமல்லாமல், குழந்தைகளிடையே விரும்பத்தகாத எதிர்மறை விளைவுகளையும் அது ஏற்படுத்தும் என்கின்றனர் தரமான கல்வி என்போர் தரப்பு வாதம் *(What did you ask at school today?, Kamala. V. Mukunda 2009)*

மேற்கூறிய இந்த வாதத்தின் அடிப்படையில் 1989ஆம் ஆண்டு மேரியான் ஹஸன் *(Marion Hyson)* தன் சகாக்களோடு ஒரு ஆய்வை மேற்கொண்டார். மழலையர் குழந்தைகளை இரண்டு குழுக்களாகப் பிரித்து இருவேறு கிண்டர் கார்டன் பள்ளிகளின் வகுப்புகளில் அமர்த்துகின்றனர். ஒரு வகுப்பில் பாடம் சார்ந்த எண்கள், எழுத்துக்கள் போன்றவை கற்றுக் கொடுக்கப்படும். மற்றொரு வகுப்பில் எண்கள், எழுத்துக்கள் போன்றவைகளை தவிர்த்து, பாடம் சாராத குழந்தைகளால் விரும்பப்படும் செயல்பாடுகளை மட்டுமே பயிற்சி கொடுத்தனர். இவ்வாறு ஓராண்டு வகுப்புகள் முடிந்த பிறகு இரண்டு குழு குழந்தைகளையும் வெவ்வேறு முறைகளில் ஒப்பிட்டு பார்த்தனர். பாடத்திட்டம் சார்ந்த முன் மழலையர் வகுப்புகளில் பயின்ற குழந்தைகள் மிக அருமையாக எண்களையும்

எழுத்துக்களையும் தாங்கள் கற்றவாரே அடையாளம் கண்டு கூறினர்.

இரண்டு குழுக்களும் பொதுவான நுண்ணறிவு மற்றும் சமூகத்தின் வளர்ச்சி சார்ந்த சோதனைகளில் ஒன்றுபோலவே திகழ்ந்தன. முன் மழலையர் பள்ளியின் அடுத்த ஆண்டு அதே வகுப்புகளில் அந்தந்த குழந்தைகள் தொடர்ந்தனர். இப்போது நாட்கள் செல்லச் செல்ல பாடம் சார்ந்த வகுப்பில் இருந்த குழந்தைகளிடம் காணப்பட்ட நன்மைகளாக கருதப்பட்ட திறன்கள் மறைய ஆரம்பித்தன. அத்தோடு குழந்தைகள் பள்ளிக்கு வருவதில் ஆர்வம் குறைதல், எதிர்மறையான அணுகுமுறைகளை வளர்த்தல், அதிகப்படியாக பயப்படுதல் போன்ற குணங்கள் மற்றொரு குழுவை விட இக்குழுவில் அதிகமாக காணப்பட்டது.

இதுபோன்ற எண்ணற்ற ஆய்வுகள் உலகம் முழுவதும் செய்யப்பட்டுள்ளன. அனைத்து முடிவுகளும் ஹஸனின் ஆய்வு முடிவை ஒத்திருந்தன. எனவே குழந்தைகள் விரும்பத்தகாத செயல்பாடுகள், மகிழ்ச்சி அளிக்காத பயிற்சிகள் போன்றவற்றில் குழந்தைகளை ஈடுபடுத்தும் போது பிற்காலங்களில் அவர்களுக்கு தேவையான நீண்டகால திறன்களில் பின் தங்குகின்றனர் என்கின்றனர்.

எனவே முன் மழலையர் வகுப்புகளில் எண்களுக்கு முன் செயல்பாடுகளை தவிர்த்துவிட்டு, எண் பெயர்களை கற்றல் அவற்றை வாசிக்க வைத்தல், மீண்டும் மீண்டும் மனப்பாடமாகக் கூறவைத்தல், அவற்றை எழுத வைத்தல், போன்ற செயல்பாடுகளில் மட்டுமே குழந்தைகளை ஈடுபடுத்துதல் அவர்களுடைய பிந்தைய வகுப்புகளில் பெறவிருக்கும் கணித அறிவு வளர்ச்சியை பாதிக்கும்.

இன்றைய சூழலில் நாம் காணும் பெரும்பாலான முன் மழலையர் வகுப்புகளில் இரண்டு ஆண்டுகளுக்குள் எத்தனை எண்களை குழந்தைகளை படிக்கவும் எழுதவும் பயிற்றுவிக்கின்றனர் என்பதை அடிப்படையாகக் கொண்டே பெற்றோர் இது தரமான பள்ளி என்று முத்திரை இடுவதை கண்கூடாக காணமுடிகிறது. பெரும்பாலும் தனியார் பள்ளிகளில் இந்தப் போக்கு அதிகரித்துள்ளது.

குழந்தைகளின் உலகம் அழகானது. தம்மைச் சுற்றியுள்ள சூழலை பார்த்து பழகி, தொட்டு- உணர்ந்து, புலன் வழியாக கற்கின்றனர். ஓரிடத்தில் பத்து நிமிடங்களுக்கு மேல் உட்கார்ந்திருக்க குழந்தைகளுக்கு முடியாது. தொடர்ந்து பேசிக்கொண்டும் கேள்விகள் எழுப்பிக் கொண்டும் இருக்கவே விரும்புவர். வீட்டில் அம்மா கீரை ஆயும் போதும், காய்கறிகளை நறுக்கும் போதும், கடைக்குச் செல்லும் போதும், கணினியில் வேலை செய்யும் போதும், பக்கத்தில் அமர்ந்து கொண்டு ‘இது என்னது? இதை எப்படி செய்ய வேண்டும்? இது ஏன் இப்படி இருக்குது?’ போன்று பல்வேறு கேள்விகளை இடைவிடாமல் கேட்டுக்கொண்டே இருக்கும் முன் மழலையர்கள், தனியார் பள்ளிகளில் வகுப்புகளில் வகுப்பறை அலறும் அளவிற்கு ஒன்று, இரண்டு என்று எண் பெயர்களையும் A B C D என்ற ஆங்கில எழுத்துக்களையும் இன்னும் நிறைய வாய்மொழி பயிற்சிகளையும் தொடர்ந்து கத்திக் கொண்டே இருப்பதை நாம் பார்க்கிறோம். எண் பெயர்களும், எழுத்துக்களை அறிவதும் முக்கியமான திறன் தான். அதில் மாற்றுக் கருத்து இல்லை. ஆனால், குழந்தைகளின் இயல்பை கவனத்தில் கொள்ளாமல் குழந்தைகளை பந்தயத்தில் ஓடவிடும் இம்மாதிரியான செயல்பாடுகள் பின் வகுப்புகளில் அவர்களை கல்வி மேலும் பள்ளியின் மேலும் எதிர்மறை மனப்பான்மையை தோற்றுவிக்கும் என்பதை பள்ளிகளும் மறந்துவிடுகின்றனர் பெற்றோர்களும் அறிந்திருக்கவில்லை.

கணித திறன்களில் வயதுக்கு ஏற்ப ஒவ்வொரு படிநிலைகளை கடக்கவிருக்கும் குழந்தைகளை முன் மழலையர் வகுப்பில் போதுமான அளவு எண்களுக்கு முன் செயல்பாடுகளை செய்ய வைத்தல் அவர்களின் ஒட்டுமொத்த கணித அறிவு வளர்ச்சிக்கு நாம் செய்யும் பேருதவி ஆகும்.

2. எண்களுக்கு முன் செயல்பாடுகளின் முக்கியத்துவம்

குழந்தைகள் எண்களை கற்றுக் கொள்வதற்கு முன் எண்களுக்கு முன் செயல்பாடுகளை கற்றுக்கொள்வது அனைத்து கணித கோட்பாடுகளின் சரியான வளர்ச்சிக்கு அடித்தளமாக

அமைகிறது. எண்களை சரியாக அடையாளம் காணுதல், எண்ணுதல், எண்களை வரிசைப்படுத்துதல், வகைப்படுத்துதல், எண்களை ஒப்பிடுதல், எண்களின் அமைப்பு முறை அறிதல், எண்களின் பண்புகளின் அடிப்படையில் பொருத்துதல், அளவீடுகளை அறிந்து கொள்ளுதல் இவை அனைத்தையும் பெறுவதன் மூலமாக கணிதத்தின் முக்கிய கோட்பாடுகளை புரிந்து கொண்டு நல்ல அடித்தளம் அமைத்தல்.

எண்களுக்கு முன் செயல்பாடுகள் பெரும் முக்கியத்துவம் பெறுவதற்கான சில காரணங்கள் இங்கே பார்ப்போம்.

i. அன்றாட வாழ்வில் சுலபமாக கணிதத்தை பயன்படுத்த

நம் அன்றாட வாழ்வில் கணிதம் பெரும்பங்கு வகிக்கிறது பணத்தை கையாள்வது, நேரத்தை திட்டமிடுவது, அனுமானங்கள் செய்வது, எதிர்வரும் நிகழ்வுகளை காரண காரியங்களை அடிப்படையில் சிந்தித்து அடுத்து என்ன நடக்கும் என்பதை யூகிப்பது, வியாபாரங்களில் ஏற்படும் லாபம் நட்டம் தள்ளுபடி வரவு செலவு பெற்ற கடன் அதற்கு செலுத்த வேண்டிய வட்டி விகிதம் மாதத் தவணை சேமிப்பு என இன்னும் கணிதத்தின் முக்கியத்துவத்தை சொல்லிக்கொண்டே செல்லலாம். இவ்வாறு தினம் தினம் நாம் செய்யவேண்டிய கணித செயல்பாடுகளுக்கு பள்ளிகளில் படித்த கணக்கிட்டு முறைகள் அவசியமாகின்றது. பள்ளியில் ஏற்கனவே அரைகுறையாக படித்துவிட்டு கணிதத்தில் 50 மதிப்பெண்கள் எடுத்து தேர்ச்சி பெற்று வரும் நாம் அன்று போட்ட கணக்குகளை இன்று தினசரி பயன்படுத்தத் தெரியாமல் திண்டாடுகிறோம். எண்களுக்கு முன்னால் செயல்பாடுகள் அன்றாட வாழ்வில் ஏற்படும் கணித சிக்கல்களுக்கு வழக்கமான கணக்கீட்டு முறைகள் அல்லாத எளிய முறையில் விடைகாண நமக்கு உதவுகின்றன.

ii) கணிதம் மகிழ்வானது என்றுணர

கணிதத்தின் மீது குழந்தைகளுக்கு இருக்கும் பயத்தை இது மாற்றுகிறது. கணிதம் என்பது எளிமையானது, வேடிக்கையானது, சுவாரஸ்யமானது என்ற நேர்மறை எண்ணங்களை மாணவர்களிடம் உருவாக்க இச்செயல்பாடுகள் உதவுகின்றன.

iii) எண் உணர்வை வளர்க்க

முன்பு கூறியது போல அன்றாட வாழ்வில் நாம் எதிர்கொள்ளும் கணித சிக்கல்களுக்கு தீர்வுக்கான அடிப்படையாக இருக்கும் எண் உணர்வை முறையாக வளர்ப்பதில் எண்களுக்கு முன் செயல்பாடுகள் முக்கியத்துவம் பெறுகின்றன.

(iv) பொருட்களின் பண்புகளை உணர

பொருட்களின் பண்புகளை ஆராய்ந்து அவற்றுக்கு இடையே உள்ள வேறுபாடுகளை சிந்தித்து இனம் காணும் திறனை வளர்க்கிறது. கொடுக்கப்பட்ட அளவுகோல்களை பொருத்து பொருட்களை வகைப்படுத்தவும் குழுவாகவும் பொருத்தவும் உதவுகிறது.

(v) அளவீடுகளை உணர

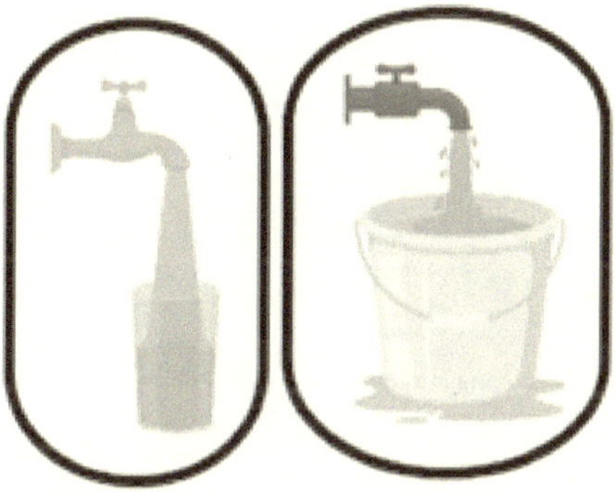

பொருட்களின் நீளம், எடை, பருமன் போன்ற அளவைகளை சார்ந்து பொருட்களை வகைப்படுத்த உதவுகிறது. கால அளவைகள் புரிந்து கொள்ளவும் உதவுகிறது. உதாரணமாக ஒரு டம்ளர், ஒரு வாளி இவை இரண்டில் எதில் சீக்கிரமாக தண்ணீர் நிறையும்.

விதையிலிருந்து மரம் வளர்த்தல், வளர்ந்த மரத்தை வெட்டுதல். இந்த இரண்டு செயல்களில் எதற்கு அதிக காலம் தேவைப்படும். வீட்டிலிருந்து பள்ளிக்கு நடந்து வருதல், அப்பாவோடு வண்டியில் வருதல் இந்த இரண்டு செயல்பாடுகளில் எது விரைவாக பள்ளியை வந்தடைய உதவும். இதைப்போன்ற நேரம் சார்ந்த கேள்விகளை சிந்தித்து விடை காணவும் முன் என் செயல்பாடுகள் உதவுகின்றன.

(vi) இடம் சார்ந்த உணர்வை வளர்க்க (Spatial Understanding)

இடம் சார்ந்த விழிப்புணர்வை குழந்தைகளிடையே வளர்க்க உதவுகிறது. இடம் சார்ந்த உணர்வு என்பது வடிவங்கள் அளவுகள், இடம், நிலை, திசை, நகர்வு போன்ற கருத்துக்களை அறிமுகம் செய்ய உதவுகிறது. இக்கருத்துக்கள் பிற்காலங்களில் குழந்தை படிக்கும் வடிவியலோடு தொடர்புடையவை.

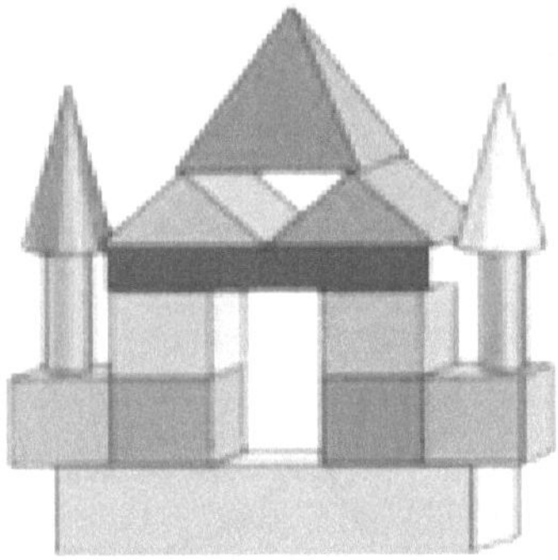

இரண்டு பரிமாணம், மூன்று பரிமாண வடிவங்கள், இரண்டு மூன்று வடிவங்களை ஒன்றாக்கி புது வடிவங்களை உருவாக்குதல், ஒரு வடிவத்திலிருந்து வேறு என்னென்ன வடிவங்களாக அதை பிரிக்கலாம் என்று முயற்சித்தல்.

பொருட்களை உயரம், குட்டை, பெரியது, சிறியது, பருமன், மெல்லியது, கனமானது, இலகுவானது போன்ற அளவை குறிக்கக்கூடிய கருத்துகளையும் அருகே, தொலைவில், முன்னே, பின்னே போன்ற இடத்தை குறிக்கும் கருத்துகளையும் மேலே, கீழே, அடியில் போன்ற நிலையை குறிக்கும் கருத்துகளையும் திசைகள், மற்றும் முன்னோக்கி, பின்னோக்கி போன்ற இட நகர்வை குறிக்கும் கருத்துகளையும் குழந்தைகள் அறிந்துகொள்ளும் நுண்ணறிவை பெற எண்களுக்கு முன்னால் செயல்பாடு முக்கிய தேவையாகின்றது.

(vii) மதிப்பீட்டு திறன் வளர்க்க (skill of Estimation)

பொருட்களின் அளவு அல்லது எண்ணிக்கை போன்றவற்றை பற்றி சிறப்பான யூகங்களை மேற்கொள்ள, ஒருவர் பெற்றிருக்கும் திறனை மதிப்பீட்டுத் திறன் எனலாம். சிறு குழந்தைகள் இவ்வாறு மதிப்பிட சிரமப்படுவர். இத்திறன் வளர அதிகம்,

குறைவு, பெரியது, சிறியது, இதைவிட அதிகம், அதைவிடக் குறைவு போன்ற சொற்களை குழந்தைகள் பொருளுணர்ந்து பயன்படுத்த பயிற்சி அளிக்க வேண்டும். ஒரு சிறிய குழந்தைக்கு முன் இரண்டு வளையல்களை வைத்து இவை இரண்டில் உனக்கு எது வேண்டும் என்று கேட்கும் போது அக்குழந்தை அவளுக்கு பொருத்தமான வளையலை எடுத்து போட்டுக்கொண்டாள். ஏன் இதை தேர்ந்தெடுத்தாய் என்று கேட்கும் போது மற்றொரு வளையல் சிறியதாக இருக்கிறது என்று பதில் கூறினாள். இது அக்குழந்தையின் மதிப்பிடுதல் திறனுக்கான சான்றாகும். இவ்வாறு பெரிய கணக்குகளுக்கு உத்தேச விடை காணவும், தோராய மதிப்பு கண்டுபிடிக்கவும் இந்த மதிப்பிடுதல் திறன் வளர்ச்சியிலும் எண்களுக்கு முன் செயல்பாடுகள் முக்கியத்துவம் பெறுகின்றன. அளவுகள், மடங்குகள், விகிதாச்சார சிந்தனைகளை விதைக்கவும் வளர்க்கவும் முன் என் செயல்பாடுகள் அடிகோள்கின்றன.

(viii). அமைப்பு முறைகள் (Patterns)

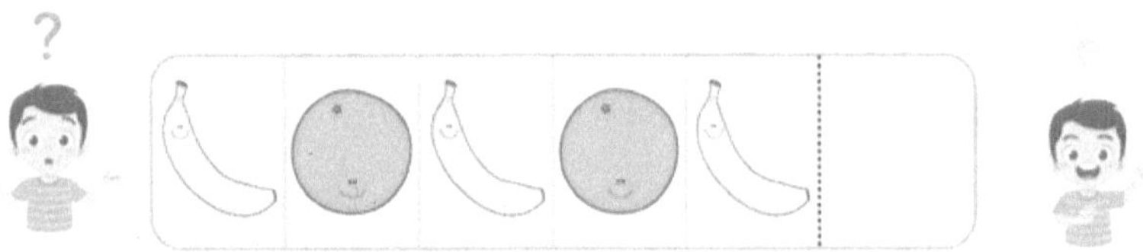

பொருட்கள், வடிவங்கள், உருவங்கள் அல்லது எண்கள் போன்றவை ஏதேனும் ஒரு விதிக்கு உட்பட்டு அமைக்கப்படுவதை அமைப்பு முறைகள் என்போம். அடுத்தது என்ன வரும் என்பதை கணிக்கவும், அவற்றுக்கு இடையே உள்ள தொடர்புகளை காரண காரியங்களோடு விளக்கவும் இத்திறன் குழந்தைகளுக்கு உதவுகிறது. காலையில் தோன்றும் சூரியன், இரவில் தோன்றுவது நிலவு. மறுநாள் காலை மீண்டும் சூரியன் உதிக்கும், மாலையில் நிலவு வரும். இயற்கையின் இந்த நிகழ்வு ஒரு அமைப்பு முறை தான். இதுபோன்று தன்னைச் சுற்றி உள்ள அமைப்பு முறைகளை புரிந்துகொள்ளவும், அடுத்தது என்ன வரும் என்பதை கணிக்கவும் காரண காரியங்களோடு தொடர்புபடுத்தி

தன்னுடைய கணிப்புக்கு விளக்கம் அளிக்கவும் குழந்தைகளுக்கு முன் எண்ணுர்வுகளை வளர்த்தல் அவசியமாகிறது.

(ix) சிக்கல்களுக்கு தீர்வு காணும் திறன் (Problem Solving Ability)

ஒரு சிக்கலுக்குள் சென்று அதைப் பற்றி சிந்திக்கவும், சிக்கலை தீர்க்க ஒன்றுக்கு மேற்பட்ட வழிகள் உள்ளன என்பதை உணர்ந்து அவற்றை அடையாளம் காணவும் உதவுவதே திறனாகும். அதாவது தன் முன் அனுபவங்களில் இருந்து பெறப்பட்ட அறிவையும், தர்க்கரீதியான சிந்தனையையும் பயன்படுத்தி சிக்கல்களுக்கு தீர்வு காணுதல். இது வாழ்க்கைக்கும் பொருந்தும் கணிதத்திற்கும் பொருந்தும்.

உதாரணமாக முன் மழலையர் வகுப்பில் வடிவங்களை பிரிக்கும் (shape sorter) - கருவியில் ஒரு பிளாஸ்டிக் டப்பாவின் மூடியில் மூன்று ஓட்டைகள் போடபப்பட்டிருக்கும். அந்த ஓட்டைகள் ஒன்று முக்கோண வடிவிலும் மற்றொன்று வட்ட வடிவிலும் மூன்றாவது சதுர வடிவிலும் இருக்கும். இந்த செயல்பாடு செய்யும் ஒரு குழந்தை ஒரு முக்கோண வடிவத்தை எடுத்து முக்கோண ஓட்டையில் போட்டாள். ஒரு அட்டைப்பெட்டியில் மேல்புறத்தில் 2 ஓட்டைகள் போடபப்பட்டிருந்தன. ஒன்று பெரிய வட்டம், மற்றொன்று சிறிய வட்டம். ஒரு குழந்தையின் கையில் வெவ்வேறு அளவிலுள்ள ஐந்து வட்டங்கள் கொடுக்கப்பட்டன. பெரிய வட்டத்தை பெரிய ஓட்டையில் போட்டாள், சிறிய வட்டத்தை சிறிய ஓட்டையில் போட்டாள் எஞ்சி இருக்கும் வடிவங்களை போட ஓட்டைகள் இல்லை என்று முழித்தாள். பின்பு ஆசிரியை குழந்தையோடு ஒரு சில கேள்விகள் கேட்டு உரையாடுகிறார். ஏன் இவற்றை போடாமல் கையில் வைத்துள்ளாய்? ‘இவற்றை போட ஓட்டைகள் இல்லை. இரண்டு ஓட்டைகள்தான் உள்ளன’ என்று குழந்தை கூறினாள். ‘இரண்டு ஓட்டைகளுக்குள் மீதமுள்ள வடிவங்களை போட முடியாதா?’ என்று கேட்டதற்கு, ‘இந்த அளவுள்ள ஓட்டைகள் இல்லையே’ என்று கூறினாள். ‘இருக்கும் ஓட்டையில் இது போகக்கூடிய அளவுள்ள ஓட்டை எது என்று முயற்சி செய்து பார்க்கலாமே’ என்று ஆசிரியை கூற, குழந்தை பெரிய ஓட்டையில் எஞ்சியிருந்த மூன்று வட்டங்களை போட முயற்சித்தாள், மூன்றையும் குழந்தையால் போடவும் முடிந்தது. ஒவ்வொரு சிக்கலுக்கும் தனித்தனி தீர்வுகள் இருக்கும் என்று குழந்தை நினைக்கிறது. ஆனால் பல சிக்கல்களுக்கு ஒரே தீர்வு இருக்க வாய்ப்புள்ளது என்பதை இவ்வாறான எண்களுக்கு முன் செயல்பாடுகள் மூலமாக கற்றுக் கொள்கின்றனர்.

3. பள்ளியில் வளர்க்கப்படும் முக்கிய கணிதத் திறன்கள்

பள்ளியில் வளர்க்கப்படும் திறன்களில் ஒரு பகுதிதான் கணித அறிவு. முன் மழலையர்களிடம் மொழித்திறன், உடல் இயக்க திறன், சமூகத் திறன் என்று வளர்க்க வேண்டிய பல பகுதிகள் ஒரு பெரிய மலை போல ஒன்றோடு ஒன்று பிணைந்து

இருக்கின்றன. ஒரு திறன் மற்றொரு திறனை சார்ந்தும், ஒரு திறனின் வளர்ச்சி அல்லது குறைபாடு மற்றொரு திறனின் வளர்ச்சியில் தாக்கத்தை ஏற்படுத்தும்.

இந்த முன் எண் செயல்பாடுகள் எதுவும் கணிதத்திற்கு மட்டுமே தொடர்புடையது என்று சுருக்குவதைவிட இது ஒட்டுமொத்த குழந்தையின் முழுமையான வளர்ச்சிக்கு உதவுகிறது என்று கூற வேண்டும். உதாரணமாக ரோகினி என்ற மூன்று வயதுக் குழந்தையின் செயல்பாட்டை பார்ப்போம்.

ரோகினி முப்பரிமாண வடிவ கட்டைகளை வைத்து விளையாடிக் கொண்டிருக்கிறாள். கனசதுரம், கனசெவ்வகம், கூம்பு, உருளை, கோலம், அரை வட்டம் போன்ற பல வடிவங்கள் முப்பரிமாண வடிவங்கள். அந்த முப்பரிமாண வடிவங்களை பயன்படுத்தி ரோகினி ஒரு மாளிகை செய்து விளையாடுகிறார். கனசதுரம் வகைகளை ஒன்றன் மீது ஒன்று அடுக்கி உயரமான மாளிகை கட்ட முற்படும்போது, மேலே கூம்பு வடிவத்தை வைத்துவிட்டாள். அதன் பின்னர் கூம்பிற்கு மேல் எந்த வடிவத்தையும் வைக்க முடியாமல் சிரமப்படும் ரோகினி தன் ஆசிரியையிடம் ‘இதற்கு மேல் எதுவும் வைக்க முடியவில்லை, என்ன செய்வது?’ என்று கேட்கிறார். ஆசிரியை

'வைக்க முடியவில்லை என்றால் அந்த கூம்பை எடுத்துவிட்டு கனசதுரம், கன செவ்வக கட்டைகளை வைத்திருப்பார்', என்று கூறுகிறார். ரோகினியும் அவ்வாறே செய்து தன் மாளிகையை மேலும் உயரமாக கட்ட முடிவதை எண்ணி மகிழ்கிறாள். இதை செய்து முடித்து விட்டு ஆசிரியையும் அழைத்து 'இதோ பாருங்கள், சரிதானா!', என்று கேட்கிறாள், ஆசிரியையும் பாராட்டுகிறார். ரோகினி மகிழ்ச்சியாக விளையாட்டை தொடர்கிறார்.

இந்த செயல்பாட்டை உற்று நோக்கும் போது இந்த ஒரு செயல்பாடு, ரோகினியின் ஒட்டுமொத்த வளர்ச்சிக்கு உதவியாக இருப்பதை நம்மால் காண முடிகிறது. அவள் உடல் இயக்கத் திறனை பயன்படுத்தி பொருட்களை வடிவங்களை ஒன்றின் மீது ஒன்று வைத்து ஒரு மாளிகையை உருவாக்குகிறார். தன் கணிதத் திறனை பயன்படுத்தி வடிவங்களின் பண்புகளை ஆராய்ந்து மாளிகையை உருவாக்குகிறார். தனக்கு ஒரு சிக்கல் எழும்போது தன் ஆசிரியையிடம் தெளிவான பேச்சின் மூலமாக தொடர்புகொண்டு சிக்கல்களை எவ்வாறு தீர்க்கலாம் என்று உதவி பெறுகிறாள். இதில் அவள் மொழித்திறன் பயன்படுகிறது. மேலும் பிறரிடம் உதவி பெறுதல் என்ற சமூக திறனும் பயன்படுகிறது. தான் செய்த செயலை செய்துவிட்டு, தான் பெரிய மாளிகை கட்டி உள்ளதை எண்ணி அவளைப்பற்றி நல்ல மதிப்பீடு வளர்த்துக் கொள்கிறாள். தன்னால் ஒரு சிக்கலுக்கு தீர்வு காண முடியும் என்று நம்புகிறார்.

இவ்வாறு, ஒரு முன் எண் செயல்பாடு பல்வேறு திறன்களை பயன்படுத்த குழந்தைக்கு வாய்ப்பை ஏற்படுத்தி தருகிறது. இவ்வாறான வாய்ப்பை வழங்குவதே முன் மழலையர் பள்ளிகளின் தலையாய நோக்கமாகும்.

இவ்வாறான முன் மழலையர் வகுப்புகளில் தரப்பட வேண்டிய எண்களுக்கு முன் செயல்பாடுகள் சிலவற்றை இப்பகுதியில் நாம் காணலாம்.

4. எண்களுக்கு முன் செயல்பாடுகள்

பொருத்துதல் (Matching)

இரண்டு குழுக்களில் உள்ள பொருட்களை ஒப்பிட்டு பார்த்து அவற்றுள் ஒன்றுபோல் உள்ள பொருட்களை சேர்த்தல் பொருத்துதல் எனப்படும்.

பொருள்களை பிரித்தல், குழுவாக்கள், வகைப்படுத்துதல் ஆகிய செயல்பாடுகளுக்கு முந்தைய செயல்பாடு இந்த பொருத்துதல் செயல்பாடாகும். இச்செயல்பாட்டிற்கு அடிப்படையாக உள்ளது உற்றுநோக்கல் திறனாகும். பொருட்களுக்கிடையே உள்ள பொதுப் பண்பினை உற்றுநோக்கி ஆராய்ந்து அடையாளம் கண்டு அவற்றை பொருத்தும் திறனை மாணவர்கள் இச்செயல்பாட்டின் மூலம் பெறுகின்றனர்.

பொருத்துதல் செயல்பாடுகள்

செயல்பாடு 1 : முதல்கட்டமாக பொருத்துதல் செயல்பாடு வழங்கும் பொழுது இரண்டு குழுவிலும் ஒரே பொருட்களை கொடுக்க வேண்டும். உதாரணமாக படத்தில் காட்டப்பட்டுள்ளது போல குழு *A* வில் - தக்காளி, மேசை, நாற்காலி, விளையாட்டு பொம்மையும், குழு *B* யில் அதே தக்காளி, மேசை, நாற்காலி, விளையாட்டு பொம்மையை கொடுத்து குழந்தைகளை பொருத்தச் சொல்லவேண்டும். படத்தில் கொடுக்கப்பட்டுள்ள அனைத்துப் பொருட்களும் குழந்தை, தினம் தினம் அன்றாட வாழ்க்கையில் பார்த்து பழக்கப்பட்ட பொருட்களாகும். ஆனால்

இந்த பொருத்துதல் செயல்பாடு குழந்தைகளுக்கு புதியதாகும். எனவே குழந்தை குழு *A*வில் இருக்கும் தக்காளியை எடுத்து குழு *B* யில் இதேபோல் எது உள்ளது என்பதை ஆராய்கிறது. அடையாளம் கண்டு பொருந்துகிறது. மீதமுள்ள பொருட்களையும் இது போன்று பொருந்துகிறது. இச்செயல்பாடு குழந்தைகள் ஒன்றோடு ஒன்று பொருத்திப் பார்க்கும் திறனை வளர்க்க உதவிகரமாக இருக்கும்.

செயல்பாடு *2:* குழந்தைகளை நிறத்தின் அடிப்படையில் பொருட்களை பொருத்தச் சொல்லவேண்டும். இரண்டு குழுக்களாக ஒரு குழுவில் வண்ணத்துணிகளும், மற்றொரு குழுவில் வண்ண கிலிப்புகளும் கொடுக்க வேண்டும். அந்தந்த வண்ணத் துணிக்கு ஏற்ற கிலிப்புகளை பொருத்த வேண்டும்.

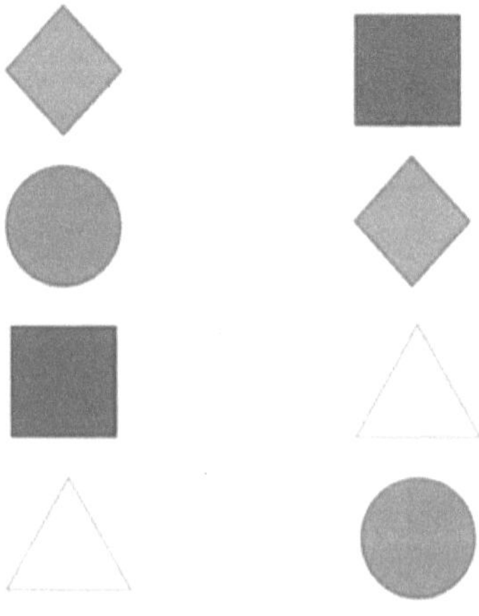

செயல்பாடு 3: குழந்தை வடிவங்களை உற்றுநோக்கி அவற்றைப் பொருத்த வேண்டும். படத்தில் உள்ளது போல குழுவில் கொடுக்கப்பட்டுள்ள வடிவங்களை உற்றுநோக்கி அடையாளம் கண்டு அவற்றை பொருத்தவேண்டும். இதுபோல் பொருத்துவதற்கான பல செயல்பாடுகளை ஆசிரியர் வடிவமைத்துக் கொண்டே செல்லலாம். வகுப்பறைகளிலும், வீடுகளிலும் பெருவாரியாக குழந்தைகள் பார்க்கும் பொருட்களை அதிகமாக இது போன்ற செயல்பாடுகளுக்கு பயன்படுத்துவது, குழந்தைகள் எளிதில் இக்கருத்தை புரிந்துகொள்ள உகந்ததாக இருக்கும். குழந்தைகளை அடுத்த படி நிலைக்கு கொண்டு செல்லும் வகையான செயல்பாடுகளில் கவனம் செலுத்தி, அடுத்த நிலைக்கு இட்டுச் செல்ல வேண்டும்.

ஒப்பிடுதல் மற்றும் வரிசைப்படுத்துதல் (Comparing and ordering/ Seriating)

இரு பொருட்களுக்கிடையே உள்ள ஒத்த பண்புகளை உற்றுநோக்கி கவனிக்கும் செயல்முறையை ஒப்பிடுதல் என்போம். பொருட்களை பொருத்துவதற்கு முன்பும், வரிசை படுத்துவதற்கும், வகை படுத்துவதற்கும் இந்த ஒப்பீட்டு திறன் முக்கியமாகிறது. குழந்தைகள் மிகச் சிறு வயதில் இருந்தே ஒப்பீடு செய்ய கற்றுக் கொள்கின்றனர். அதிகம்-குறைவு, பெரியது - சிறியது போன்ற பண்புகளை முன் மழலையர்கள் வகுப்புக்கு வருவதற்கு முன்பே அறிந்து கொண்டு வருகின்றனர்.

பியாஜேயின் அறிவுத் திறன் சோதனைகளில் முக்கியமானதான டிரான்சிட்டிவிட்டி என்று கூறப்படும் 'பொருட்களின் இணக்கப் பண்பு' (*Transitivity*) இரண்டுக்கு மேற்பட்ட பொருட்களை ஒப்பீடு செய்து அவைகளுக்கு இடையே உள்ள தொடர்புகளை அறிய உதவுகிறது. எண்ணுணர்வு வளர்ச்சிக்கும் ஒப்பிடுதல் பயிற்சி அவசியமாக தேவைப்படுகிறது. இணக்கப் பண்பு என்பது *A*வும் *B*யும் சமம்; *B*யும் *C*யும் சமம்; எனில் *A*க்கும் *C*க்கும் இடையேயான தொடர்பு '*A = C*' என்பதை புரிந்து கொள்வதாகும். *A= C* என்பதை அறிந்து கொள்ளும் திறன் முன் மழலையர் குழந்தைகளிடம் காணப்படவில்லை என்பது பியாஜே வைத்த வாதமாகும். ஆனால் பொருட்களை உற்றுநோக்கி, கவனித்து, அவற்றுக்கு இடையேயுள்ள ஒற்றுமை

வேற்றுமைகளை குழந்தைகளுக்கு முறையாக பயிற்றுவிக்கும் போது, குழந்தைகள் இத்திறனை பெறுகின்றனர் என்பதை பியாஜேவுக்கு பின் வந்த ஆராய்ச்சியாளர்கள் நிரூபித்துக் காட்டினர். எனவே முன் மழலையர் வகுப்புகளில் பொருட்களின் ஒற்றுமை வேற்றுமைகளை இனம்காண குழந்தைகளுக்கு போதிய பயிற்சிகள் வழங்கப்பட வேண்டும்.

பொருட்களை ஒப்பிட்டு பார்க்கும் திறன் அடிப்படையிலேயே குழந்தைகள் வரிசைப்படுத்தும் திறனை வளர்த்துக் கொள்கின்றனர். பலவித பொருட்களை ஒப்பிட்டு அவற்றை உயரம்-குட்டை, பெரிது-சிறிது, போன்ற பண்புகளின் அடிப்படையில் வரிசைப்படுத்த கற்றுக் கொள்கின்றனர். மேலும் பொருட்களின் அமைவிடம் குறிக்கின்ற முன்னே-பின்னே, மேலே- கீழே, எதிரே- பின்னே போன்ற பண்புகளையும் இவ்வரிசைப்படுத்துதல் செயல்பாடுகளால் பயிற்றுவிக்கலாம்.

குழந்தைகள் பயன்படுத்திய மெழுகு கலர்களை உயரத்திற்கு ஏற்றாற்போல் வரிசைப்படுத்துதல், வெவ்வேறு அளவுடைய பாட்டில் மூடிகளை அவற்றின் அளவைப் பொறுத்து வரிசைப்படுத்துதல், தண்ணீர் பாட்டில்கள், பென்சில்கள், குச்சிகள் போன்ற பொருட்களை உயரத்துக்கு ஏற்ப வரிசைப்படுத்துதல் போன்ற செயல்பாடுகளை கொடுக்கலாம்.

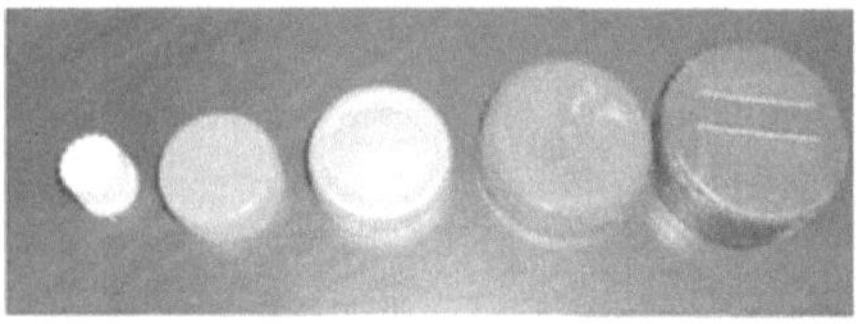

பொருட்களை அருகிலிருந்து தொலைவில், தொலைவிலிருந்து அருகில்; மேலிருந்து கீழே, கீழிருந்து மேலே போன்ற அடிப்படையில் வரிசைப்படுத்தச் சொல்லலாம். இதுபோன்ற ஒப்பிட்டு வரிசைப்படுத்தும் செயல்பாடுகள், எண்களை ஒப்பிட்டு அவற்றை ஏறுவரிசை இறங்கு வரிசையில் எழுதும் செயல்பாட்டிற்கு பேருதவியாக இருக்கும்.

பொருட்களை எடையை அடிப்படையாக வைத்தும் வரிசைப்படுத்தச் சொல்லலாம். உதாரணமாக வெவ்வேறு எடையுள்ள பஞ்சு, புத்தகம், கற்கள் போன்றவற்றை வரிசைப்படுத்த சொல்லலாம்.

ஒப்பிடுதல் மற்றும் வரிசைப்படுத்துவதன் நன்மைகள்

- பொருட்களை அளவு, வடிவம், எடை, மதிப்பு ஆகிய பண்புகளின் அடிப்படையில் வகைப்படுத்த இவை உதவுகின்றன.
- காரண காரியங்களை சிந்திக்கவும், கணித மனப்பான்மையை அதிகரிக்கவும் உதவுகின்றன.
- குழந்தைகள் அன்றாட வாழ்வில் தீர்க்கமான முடிவுகளை எடுக்க சிறந்த பயிற்சியாக விளங்குகின்றது.
- தரத்தின் (quality) அடிப்படையில் வகைப்படுத்த குழந்தைகளை தயார்படுத்துகிறது.
- மிக முக்கியமாக கணிதத்தின் அடிப்படையான எண்ணுணர்வு வலுவாக்க குழந்தைகளுக்கு உதவுகிறது.

முன் மழலையர் குழந்தைகள் இயல்பாகவே பொருட்களை ஒப்பிட திறன் பெற்றிருப்பினும், இரண்டுக்கு மேற்பட்ட பொருட்களை ஒப்பிடுவதும், அவற்றை வரிசைப்படுத்தவும் தொடர் பயிற்சிகள் தேவைப்படுகின்றன. குழந்தைகள் விரும்பும் வகையில் தேர்ந்தெடுக்கப்பட்ட செயல்பாடுகளின் மூலமாக இப்பயிற்சிகள் வழங்கப்படுமாயின் மேற்கூறிய அனைத்து நன்மைகளும் பெற்று கணிதத்தில் சிறந்து விளங்க வழிவகுக்கும்.

பிரித்தல் மற்றும் குழுவாக்குகள் (Sorting and grouping)

பொருத்துதலுக்கு அடுத்த படிநிலையாக பிரித்தல் உள்ளது. குழுவாக்களும் இத்தோடு சேர்ந்து கொள்கிறது. இவை இரண்டும் முக்கியமான அறிவு வளர்ச்சி சார்ந்த திறன்களாகும். இவை குழந்தைகளிடையே பொருட்களின் ஒற்றுமை வேற்றுமைகளையும் அவற்றைப் பிரித்து குழுவாக்கும் திறனையும் வளர்க்கிறது. இவ்வாறு பிரித்தல் மற்றும் குழுவாக்கல் செயல்பாடுகளின் போது நாம் ஏற்கெனவே கூறியிருந்தது போல பொருட்களின் பண்புகள் தொடர்பான சொற்களை கவனமாக ஆசிரியர் பயன்படுத்தி மாணவர்களும் அச்சொற்களை பயன்படுத்த இயல்பாக ஊக்குவிக்க வேண்டும். பொருட்கள் எதன் அடிப்படையில் ஒன்று போலவோ அல்லது வேறுபட்டோ உள்ளது என்பதை வார்த்தைகளால் விவரிக்க குழந்தைகளுக்கு கற்றுத்தர வேண்டும். அதாவது நிறம், அளவு, வடிவம், பயன்பாடு, எதனால் செய்யப்பட்டுள்ளது (இரும்பு, கல், மண், மரம்) அல்லது எந்த வகையைச் சார்ந்தது, உதாரணமாக விலங்கு, பறவை, வாகனம், வீடு, காய்கறி, என பொருட்களை அவற்றின் ஒற்றுமை வேற்றுமைகளை கொண்டு பேசுவது இப்படி நிலையில் குழந்தைகள் கற்றுக்கொள்ள வேண்டும்.

இவ்வாறு பிரித்தல் மற்றும் குழுவாக்கல் என்ற இத்திறன் மேலே நாம் பார்த்த பொருத்துதல், ஒப்பிடுதல், வரிசைப்படுத்துதல் போன்ற திறன்களின் அடிப்படையில் உள்ளது.

இரண்டு குழுக்களில் உள்ள ஒற்றைத் தன்மையுடைய இரண்டு பொருட்களை சேர்த்தலை பொருத்துதல் என்று பார்த்தோம். பிரித்தல் என்பது இதிலிருந்து சற்று வேறுபடுகிறது. ஒரு குழுவில் உள்ள ஒரே தன்மை கொண்ட இரண்டுக்கு மேற்பட்ட பொருட்களை அடையாளம் கண்டு அவற்றை ஒப்பிட்டு குழுவாக்குதல் ‘பிரித்தல்’ எனப்படும். இன்னும் எளிமையாக சொல்லப்போனால் இரண்டுக்கு மேற்பட்ட பொருட்களை, ஒன்று போல் இருப்பதை கண்டுணர்ந்து பொருத்த முடியுமானால், நாம் அவற்றை குழுவிலிருந்து பிரிக்க கற்றுக் கொண்டுள்ளோம் என்று அர்த்தம். எனவே பிரித்தல் என்பது பொருத்துவதின் நீட்சியாகும். குழந்தைகளுக்கு

வீடுகளில் அப்பா, அம்மா வாங்கி வரும் காய்கறிகளில் உள்ள தக்காளியை மட்டும் பொறுக்குதல், மிளகாயை மட்டும் பொறுக்குதல் என்பது பிரித்தல் செயல்பாட்டிற்கு ஒரு சிறந்த உதாரணமாகும்.

கீழே உள்ள படத்தில் 4 வண்ணங்களில் வெவ்வேறு அளவில் நான்கு வடிவங்கள் என மொத்தம் 16 வடிவங்கள் உள்ளன. இவற்றில் ஆசிரியை கூறும் ஏதேனும் ஒரு பண்பை கொண்ட பொருளை மட்டும் மாணவர்கள் பிரித்து எடுத்து அதை ஒரு குழுவாக்க வேண்டும். ஒரு குழுவில் 4 பொருட்கள் இருக்கும். உதாரணமாக 'பச்சைவண்ண வடிவங்களை எடு' என்று கூறினால், பச்சை நிறத்தில் உள்ள நான்கு வடிவங்களை எடுத்து ஒரு குழுவாக்க வேண்டும். இதேபோல் எஞ்சியுள்ள மூன்று நிறங்களில் உள்ள வடிவங்களையும் மூன்று குழுக்களாக ஆக்கலாம், இதையே ஆசிரியர் 'வட்ட வடிவம் உள்ள பொருட்களை எடு' என்று கூறினால் வட்ட வடிவத்தில் உள்ள வெவ்வேறு நிற வட்டங்களை சேர்த்து ஒரு குழுவில் நான்கு வட்டங்கள் என உருவாக்குவது. 'ஒரு பண்பை' மட்டும் குழுவிலுள்ள பொருட்களில் தேடுதல் எனலாம். வட்ட வடிவம் என்பது பொருளின் ஒரு பண்பு. எனவே அந்த குழுவில் உள்ள 16 பொருட்களில் 'வட்டம்' என்ற பண்பை மட்டும் குழந்தைகள் தேடுவர். தேடி அவற்றை மற்ற பொருட்களோடு ஒப்பிட்டுப்

பார்த்து இனம் காணுவது, இனம்கண்டு குழுவிலிருந்து அதை மட்டும் பிரித்தெடுத்து, மீண்டும் அவற்றை தனிக் குழுவாக உருவாக்குவர். இவ்வாறு பிரித்தல் மற்றும் குழுவாக்குதல் செயல்பாடுகளை குழந்தைகளுக்கு வகுப்பில் கொடுக்க வேண்டும்.

இவ்வாறு ஒரு பொருளின் பல்வேறு குணாதிசயங்களை மதிப்பிட்ட பிறகு அதே குணாதிசயங்கள் உள்ள வேறு ஒரு பொருளோடு அதை ஒப்புமைப்படுத்தி குழுவாக்குதல் குழந்தைகள் தங்கள் தர்க்க சிந்தனையை (logical thinking) பயன்படுத்துவதன் முதல் படியாகும். இச்சிந்தனையை எதிர்வரும் காலங்களில் தங்கள் கணித கற்றலிலும், தினசரி வாழ்க்கையிலும் அவர்கள் பயன்படுத்த உதவியாக இருக்கும்.

வகைப்படுத்துதல் திறன் (Classification)

பெசாரியர் (Bassarear) தனது 'Mathematics for elementary school Teachers' என்ற புத்தகத்தில் வகைப்படுத்துவதன் முக்கியத்துவத்தை பின்வருமாறு கூறுகிறார்: 'சிறு குழந்தைகளின் அறிவு வளர்ச்சியின் பெரும்பகுதியை வகைப்படுத்துதல் திறன் தாங்கிச் செல்கிறது என்று கல்வி சிந்தனையாளர்கள் கூறுகின்றனர்' (பக்கம் எண் 41). முன் மழலையர் வகுப்புகளில் வகைப்படுத்துதல் என்பது குழுக்களை ஒப்பீட்டு உருவாக்கி அவற்றை விவரிக்கும் கருத்தில் இருந்து துவங்குகிறது என்கிறார்.

இரண்டு வெவ்வேறு குழுவில் ஒன்று போல் இருக்கும் பொருட்களை சேர்ப்பது 'பொருத்துதல்'. அதுவே ஒரு குழுவில் இருக்கும் ஒற்றை பண்புள்ள பொருட்களை ஒப்பிட்டு இனம்கண்டு அவற்றைக் குழுவாக்குதல் "பிரித்தல்" ஆகும்.

மூன்று மற்றும் நான்கு வயது குழந்தைகள் பொருட்களில் ஒரு பண்பு அடிப்படையில் பிரிக்க சுலபமாக கற்றுக் கொள்வர்.

வகைப்படுத்துதல் என்பது ஒரே நேரத்தில் பொருட்களின் ஒன்றுக்கு மேற்பட்ட பண்புகளை கண்டுணர்ந்து அவற்றின் ஒற்றுமை வேற்றுமைகளின் அடிப்படையில் வெவ்வேறு குழுக்களாக அமைப்பதை வகைப்படுத்துதல் என்கிறோம். இதில் குழந்தைகளுக்கு எந்தவித வழிகாட்டுதலும் கொடுக்கப்படாது. அதாவது பிரித்தல் செயல்பாட்டில்

கூறியதுபோல் ‘சிவப்பு பந்துகளை பொறுக்கு’, ‘நீல வட்டங்களை எடு’ என்பன போன்ற குறிப்புகள் கொடுக்கப்படமாட்டாது. அவர்கள் முன் வைக்கப்பட்டுள்ள பொருட்களை ஆராய்ந்து, அவற்றினிடையே உள்ள குணங்களின் ஒற்றுமை வேற்றுமைகளை சிந்தித்துப் பார்த்து, எந்தெந்த தலைப்புகளில் இவற்றை வகைப்படுத்தலாம் என்ற முடிவையும் குழந்தையே எடுக்க வேண்டும். குழுவாக்கும் முறையையும் குழந்தைகள்தான் நிர்ணயம் செய்ய வேண்டும். அவ்வாறு செய்யும் பொழுது குழுக்களை எதன் அடிப்படையில் குழுவாக்குகின்றனர் என்பதை குழந்தைகளோடு ஆசிரியர்கள் பேசவேண்டும். குழந்தைகளிடம் பேசி குழுக்களுக்கு பெயரிடவும் கற்றுக்கொடுக்க வேண்டும்.

உதாரணமாக, கற்கள் மற்றும் இலைகளை மட்டுமே வைத்து வகைப்படுத்துதல் செயல்பாட்டை செய்யலாம். வெவ்வேறு வடிவங்களில் உள்ள கற்களையும் இலைகளையும் ஒன்றாக கொட்டிவிட்டு இவற்றை குழந்தைகளை வகைப்படுத்த சொல்லவேண்டும். இந்த கற்களையும் இலைகளையும் குழந்தைகள் வகைப்படுத்திய பின்பு அவர்கள் உருவாக்கியுள்ள குழுவை ஏன் அந்த முறையில் அமைத்தனர் என்பதை குழந்தைகளே விவரித்துக் கூற வேண்டும். இதற்கான அடித்தளத்தை நாம் இதற்கு முந்தைய படி நிலையான ‘பிரித்தல் மற்றும் உருவாக்குதல்’ படிநிலையில் பொருட்களை விவரிக்கும் மொழிப் பயன்பாட்டை கற்று தருவதன் மூலமாக குழந்தைகள் தாங்கள் உருவாக்கிய குழுவின் அடிப்படை குணாதிசயங்களை விளக்க தெரிந்திருப்பர். எனவே அவர்கள் உருவாக்கிய குழுக்களை ‘பெரியவை சிறியவை என்ற அடிப்படையில் நான் வகைப்படுத்தி உள்ளேன்’ அல்லது ‘மிருதுவானது கரடுமுரடானது என்ற அடிப்படையில் வகைப்படுத்தி உள்ளேன்’, ‘மொத்தமானது- மெல்லியதானது என்ற அடிப்படையில் வகைப்படுத்தி உள்ளேன்’, ‘கடினமானது என்ற அடிப்படையில் வகைப்படுத்தி உள்ளேன்’ போன்று குழந்தைகள் விளக்க வேண்டும்.

இவ்வாறு பொருட்களின் ஒற்றுமை வேற்றுமைகளையும், தன்மையையும் ஆராய்ந்து அவற்றின் பண்புகளின்

அடிப்படையில் எவ்வாறு வகைப்படுத்தலாம் என்ற முடிவை குழந்தைகளே எடுக்க வேண்டும். அத்தோடு தான் எதன் அடிப்படையில் வகைப்படுத்தியுள்ளோம் என்பதையும் குழந்தைகளுக்கு பேசத் தெரியவேண்டும்.

இவ்வாறு தான் எடுத்த முடிவை காரண காரியங்களோடு விளக்க தெரிந்த குழந்தைகளை வகைப்படுத்துதலின் அடுத்த நிலைக்கு ஆசிரியர் பயிற்றுவிக்கலாம். இங்கே ஒரு உதாரணம் கொடுக்கப்பட்டுள்ளது. கீழே உள்ள படத்தில் முதல் வரியில் கேள்வி படமும், இரண்டாம் வரியில் அதற்கான விடை தெரிவுகளும் கொடுக்கப்பட்டுள்ளன.

வினா:

விடை:

கேள்வி என்னவென்றால் 'புத்தகம் பேனாவிற்கென்றால்; கிரிக்கெட் மட்டை எதற்கு வரும்?' என்பதாகும். விடைகளில் பந்து, டீ கப், ஐஸ்கிரீம், ஆப்பிள் என நான்கு தெரிவுகள் கொடுக்கப்பட்டுள்ளன. இதில் 'பந்து' என்பதே சரியான விடையாகும். இதுபோன்ற வினாக்களை போட்டித் தேர்வுகளில் இன்றும் நம்மால் காண முடிகிறது. எனவே வகைப்படுத்துதலை இதுபோன்ற வெவ்வேறு வடிவங்களிலும் பயிற்சிகளாக குழந்தைகளுக்கு வழங்க வேண்டும். இவை குழந்தைகளின் அறிவு வளர்ச்சிக்கும், கணித அறிவு வளர்ச்சிக்கும் அடித்தளமாக அமைகிறது.

வகைப்படுத்துதல் அறிமுகம் செய்யும்போது நிறங்களில் இருந்து தொடங்குவது சிறப்பாகும். அதன்பின்னர் வடிவம், அளவு, எண்கள் என போகலாம். அதேபோல் முதலில் ஒரு குழுவில் ஒரு பண்பு என்ற அடிப்படையில் வகைப்படுத்த சொல்லலாம். அதாவது 'நிறத்தின் அடிப்படையில் வகைப்படுத்துதல்' எனில் ஒவ்வொரு குழுவிலும் நிறத்தை மட்டுமே பார்க்க வேண்டும். அதாவது நீல நிறம், பச்சை நிறம், மஞ்சள் நிறம், சிவப்பு நிறம் என்ற நான்கு குழுக்கள். ஒவ்வொரு குழுவிலும் அந்தந்த நிற பொருட்கள் உள்ளவாறு வகைப்படுத்த வேண்டும். அடுத்த படிநிலையில் ஒன்றுக்கு மேற்பட்ட பண்புகள் ஒரே குழுவில் இடம்பெற்றிருக்குமாறு வகைப்படுத்தலாம். 'பச்சை நிற சதுர வடிவங்கள்', 'நீல நிற முக்கோணங்கள்' என ஒரே குழுவில் 'நிறம்-வடிவம்' என்ற இரண்டு பண்புகள் சேர்ந்து வருவதை நம்மால் பார்க்க முடிகிறது.

இவ்வாறு வகைப்படுத்துதல் செயல்பாட்டின் கடினத்தன்மையை குழந்தைகளின் நிலைக்கு ஏற்ப அதிகப்படுத்தி பயிற்சி அளிக்க வேண்டும். இது அவர்களின் சிந்தனை வளர்ச்சிக்கு தீனிபோடும். ஆனால், குழந்தைகள் விரும்பும் வகையில் இவற்றை அளிக்க வேண்டியது ஆசிரியரின் திறமையாகும். கடினத்தன்மையை அதிகமாக்குகிறேன் என்ற பெயரில் குழந்தை வகுப்பறையை பார்த்து அஞ்சி ஓடும் அளவுக்கு செயல்பாடுகளை மோசமாக்கி மொத்த கற்றளையும் பாழாக்கி விடக் கூடாது என்பதையும் ஆசிரியர்கள் நினைவில் கொள்ள வேண்டும்.

வடிவியல் வடிவங்களை புரிந்துகொள்ளுதல்

வான் ஹெய்லி (1986) என்பவர் குழந்தைகள் வடிவங்களை புரிந்துகொள்வதைபற்றி ஒரு மாறுபட்ட விளக்கத்தை அளிக்கிறார். குழந்தைகள் 3 நிலைகளில் வடிவியல் வடிவங்களை புரிந்து கொள்வதாக இவர் கூறுகின்றார். முதல் நிலையில் வடிவங்களின் தோற்றத்தை வைத்து கற்றலின் நிலையில் அவற்றை குழந்தைகள் அடையாளம் காண்கின்றனர். அதற்கு அடுத்த இரண்டாவது நிலையில் வடிவங்களை விவரித்து அடையாளம் காணும் நிலையை அடைகின்றனர். மூன்றாவதும்

கடைசி நிலையாக காரண காரியங்களோடு முறையான வடிவியல் சிந்தனையை பெற்று காணப்படுகின்றனர்.

முன் மழலையர் குழந்தைகள் முதல் நிலையில் உள்ளனர். குழந்தைகள் இதற்கு முன்பு தாங்கள் கண்ட வடிவங்களின் முன்மாதிரிகளை வைத்தும், புலனுணர்வு அடிப்படையாகக் கொண்டும் இது என்ன வடிவம் என்று அடையாளம் கண்டு வகைப்படுத்துகின்றனர். உதாரணமாக முன் மழலையர் குழந்தைகள் தலைகீழாக இருக்கும் முக்கோணத்தை முக்கோணம் என்று ஏற்றுக்கொள்ள மாட்டார்கள் *(Clements et al, 1999)*.

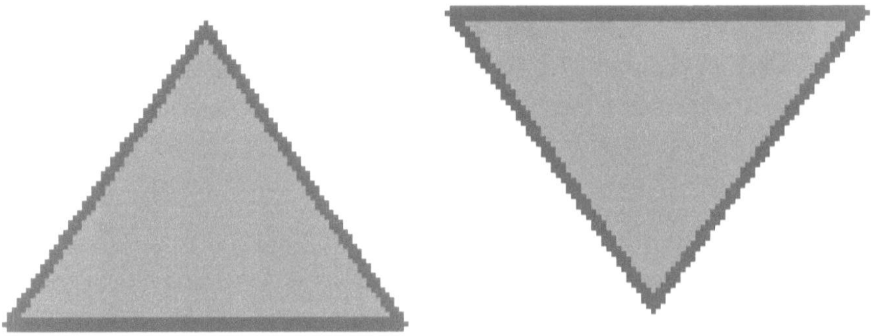

அதேபோன்று சதுர வடிவத்தை ஒரு தனி வடிவமாகவே அவர்கள் கருதுவர். சதுரம் என்பது அனைத்துப் பக்கங்களும் சமமாக கொண்ட ஒரு செவ்வகம் என்பதை அவர்கள் ஏற்றுக் கொள்ள மாட்டார்கள்.

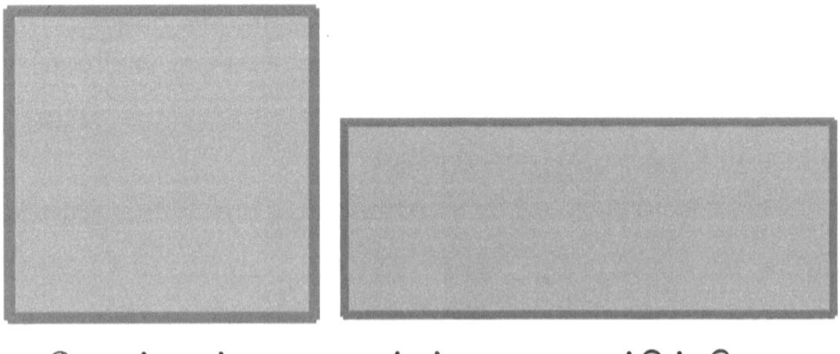

மேலும் முன் மழலையர்கள் ஒரு வடிவத்தின் பெயரை அந்த வடிவம் இல்லாத வேறு வடிவத்திற்கு கொடுப்பர். உதாரணமாக தாங்கள் கற்ற செவ்வகம் என்ற பெயரை செவ்வகம் அல்லாத இணைகரத்துக்கு வழங்குவர். *(Clement and Hannibal, 2008)*

இதே குழந்தைகள் தொடக்க நிலை வகுப்புகளுக்கு வரும்பொழுது வடிவங்களின் வகைகளை அதன் விதிகளோடும், கோட்பாடுகளோடும், வரையறைகளோடும் தொடர்பு படுத்துவர். குழந்தைகள் புலனுணர்வு சார்ந்த பண்புகளின் அடிப்படையிலிருந்து வடிவங்களை வரையறுக்கப்பட்ட அம்சங்களாக புரிந்துகொள்வது என்பது வடிவங்களுக்கு வடிவம் மாறுபடுகிறது. உதாரணமாக சாட்லோ மற்றும் நியுகோம் (Satlow and Newcombe 1998) குழந்தைகளிடம் இந்த மாதிரியான மாற்றம் வட்ட வடிவத்தை பொறுத்தவரை மூன்று வயதிலும், செவ்வகத்திற்கு ஐந்து வயதிலும், இரண்டாம் வகுப்புக்கு போவதற்கு முன்னதாக முக்கோணத்திற்கும், இரண்டாம் வகுப்பு படிக்கும் தருணத்தில் சதுரத்திற்கும் நிகழ்கிறது என்று கூறுகின்றனர். குழந்தைகள் மழலையர் வகுப்பு முடித்து வரும்பொழுது வழக்கமான மாதிரிகள் அல்லாத வடிவங்களையும் வடிவங்களின் வகைகள் ஏற்றுக்கொள்ளும் மனப்பான்மை அதிகரிக்கும் என்கின்றனர் (Burger and Shaughnessy, 1986; Usiskin, 1987). இவ்வாறு வழக்கமான முன்மாதிரி உதாரணங்கள் இல்லாத வடிவங்களை வடிவங்களின் வகைகளாக ஏற்றுக்கொள்ளும் மனப்பான்மை அதிகரிப்பது என்பது குழந்தைகள் பலதரப்பட்ட வித்தியாசமான வடிவங்களை கையாள்வதன் மூலமாகவும், அவற்றை ஆராய்வதன் மூலமாகவே கிடைக்கும். உதாரணமாக சம பக்க முக்கோணங்களை மட்டுமே முக்கோணமாக ஏற்கும் முன் மழலையர்கள், இருசமபக்க முக்கோணங்களின் அதிகமாக ஆராய்ந்து மீண்டும் மீண்டும் பயன்படுத்துவதன் மூலமாக மட்டுமே அதுவும் முக்கோணத்தின் ஒரு வகை தான் என்று ஏற்றுக்கொள்ளும் மனப்பான்மை வளரும் என்கின்றார் கிளமெண்ட் (Clement et all., 1999). எனவே குழந்தைகள் வடிவங்களை கையால நிறைய வாய்ப்புகளை உண்டாக்கி அவர்களின் கணித வளர்ச்சியில் பங்காற்றுவோம்.

வடிவங்களுக்கிடையே குழந்தைகள், கணித ஆய்வகம்,
சவராயலு நாயகர் அரசு பெண்கள் தொடக்கப்பள்ளி, புதுச்சேரி (2022).

அமைப்பு முறை (Patterns)

அமைப்பு முறைகளால் நிரம்பி வழிகிறது இவ்வுலகம். எங்கெங்கு காணினும் அமைப்பு முறைகள். அம்மாவின் சேலையிலும், அப்பாவின் சட்டையிலும், வாசலில் கோலத்திலும், ஜன்னல் கம்பியிலும், வீட்டு தரைகளிலும், சமையலறையில் ஒட்டப்பட்டுள்ள ஓடுகளிலும், தான் உண்ணும் பிஸ்கட்டுகளிலும், விளையாட்டு பொம்மைகளிலும் என எண்ணற்ற அமைப்பு முறைகளை குழந்தைகள் தினம் தினம் பார்த்து வளர்கின்றனர். மழலையர் வகுப்பில் வரும் குழந்தைகளுக்கு இயற்கையாகவே பொருட்களை அமைப்பு முறையில் வைக்கத் தெரியும். மிக எளிதான இரண்டு பொருட்கள் மீண்டும் மீண்டும் வரும் அமைப்பு முறைகளை (repeated pattern) வெவ்வேறு பொருட்களை கொண்டு செய்ய முன் மழலையர் குழந்தைகள் அறிந்துள்ளனர்.

தங்கள் அன்றாட வாழ்வில் செய்யும் செயல்களில் இருந்து அமைப்பு முறைகளை அறிந்து கொள்கின்றனர். இவை பெரும்பாலும் A B A B என்ற தொடர் அமைப்பு முறையை கொண்டுள்ளவையாக இருக்கும். உதாரணமாக ‘இரவு- பகல்- இரவு- பகல்’ ‘தினமும் கைகழுவிவிட்டு சாப்பிடுதல்’

இவைபோன்ற அன்றாடம் அவர்கள் செய்யக்கூடிய செயல்களில் அமைப்புமுறை இருக்கும்.

தொடர் அமைப்பு முறைக்கு சில எடுத்துக்காட்டுகள் கீழே கொடுக்கப்பட்டுள்ளன.

அமைப்பு முறை என்பது மீண்டும் மீண்டும் தோன்றும் ஒரு தொடராகும்.

இத்தொடரில் உள்ள அமைப்பை கண்டு உணரும் திறன் குழந்தைகளின் கணிதத் திறன் வளர்ச்சிக்கு பக்கபலமாக இருக்கும். மேலும் அமைப்பு முறை தொடரில் வரும் அடுத்த கூறை கணிக்கும் திறன் வளரும். தொடரில் அடுத்து என்ன வரும் அல்லது விடுபட்டு போயுள்ள கூறு என்ன அல்லது ஒட்டுமொத்த தொடரில் உள்ள அமைப்பு முறை என்ன என்பன போன்ற காரணகாரிய தர்க்க சிந்தனை வளர்ச்சிக்கு துணைபுரிகின்றன.

நடுநிலைப்பள்ளிகளில் அறிமுகப்படுத்தப்படுகின்ற ‘இயற்கணிதம்’ (Algebra) கணிதத்தின் கடினப் பகுதியாக குழந்தைகளால் கருதப்படுகிறது. கணிதம் என்பது நுண்மை தன்மை (Abstractness) கொண்டது. எளிமையாக சொல்ல வேண்டுமென்றால் ‘கண்ணால் காண முடியாத கருத்துப் பொருளாகும்’. எனவே தொடக்கவகுப்புகள் முதலே கணிதத்தின் நுண்மையை பல்வேறு பொருட்களின் மூலமாகவும், காட்சி படுத்துவதன் மூலமாகவும் குறைத்து எளிமையாக குழந்தைகளுக்கு வழங்கி வருகிறோம். இவ்வாறு வழங்கிவந்த கணிதத்தை அதன் இயல்புக்கு மாற்றும் நிகழ்வு நடுநிலை வகுப்புகளில் நடைபெறுகிறது. இதை ஒரு உதாரணம் மூலமாக விளக்கலாம். சிறு குழந்தைகள் தங்கள் பாட புத்தகத்தின் நடுவில் மயில் இறகுகளை வைத்து அவை வளரும் என்று நம்புவர். அது வளர்வதற்கு பென்சில்களை சீவி அந்த தூசிகளை புத்தகங்களுக்கு நடுவில் மறைத்து வைப்பர். கேட்டால், ‘மயில் குட்டி போடும்; மயிலுக்கு தீனி கொடுக்கிறேன்’ என்று கூறுவர். இவை

குழந்தைகளின் குழந்தைத் தன்மையை காட்டுவதாக உள்ளது. அதே குழந்தைகள் நடுநிலை வகுப்பிற்கு செல்லும் போது 'இல்லை. இது மயிலிறகு. இதற்கு வளரும் தன்மை கிடையாது. புத்தக நடுவில் வைத்து மயிலை வளர்க்க முடியாது, என்பதை புரிந்து கொள்வர்.

அப்போது அவர்களிடம் இருந்த குழந்தை தன்மை மறைந்து உலகின் இயல்பை பார்க்கும் வயதை அடைந்து விட்டனர் என்பது அர்த்தம். இந்த உலகத்தின் இயல்பை அடையக்கூடிய பருவத்தில் கணிதத்தின் எளிமை தன்மையை உடைத்து அதன் இயல்பு தன்மையான நுண்மை தன்மைக்கு நாமும் குழந்தைகளை இட்டுச் செல்கிறோம். ஏனோ மயிலிறகு குட்டி போடாது என்பதை ஏற்றுக் கொண்ட குழந்தைகளால் கணிதம் நுண்மை தன்மை கொண்டது என்பதை ஏற்றுக்கொள்ள முடியவில்லை, சிரமப்படுகின்றனர். அதன் விளைவாகவே அல்ஜிப்ரா பாடத்தை இருப்பதிலே மிகக் கடினமான பாடமாக வெறுக்கின்றனர். உண்மையில் கூறப்போனால் அல்ஜிப்ராவும், அதில் வரக்கூடிய x, y, z அடங்கிய சமன்பாடுகளும் நம் மனதில் ஒரு கணித சிக்கலை தீர்ப்பதற்காக எழும் யோசனைகளுக்கு நாம் கொடுக்கும் வடிவங்களே. நம் சிந்தனையைதான் ஒரு சமன்பாடாக மாற்றி எழுதுகின்றோம் என்ற தொடர்பை மாணவர்களுக்கு புரியவைக்க தவறியது நமது கணித் வகுப்பறைகளின் படுதோல்வியாகும். இந்த தோல்வி ஏதோ எட்டாம் வகுப்பில் தான் நடக்கிறது என்று நாம் நினைக்க வேண்டாம். இத்தோல்வி 'முன் மழலையர்' வகுப்பில் இருந்து நாம் செய்ய மறந்து போன பல செயல்பாடுகளில் வெளிப்பாடாகும். ஏனெனில் முன் மழலையர் வகுப்பில் இருந்து அறிமுகப்படுத்தப்பட வேண்டிய 'அமைப்பு முறை' என்பதுதான் அல்ஜிப்ராவின் அடிப்படையாகும்.

கணிதத் தொடர்புகளை காலம் செல்ல செல்ல மெதுவாக குழந்தைகள் புரிந்து கொள்கின்றனர். தம்மை சூழ்ந்துள்ள உலகில் காணப்படும் பல்வேறு அமைப்பு முறைகளை அடையாளம் கண்டு அமைப்பு முறைகள் உலகை எவ்வாறு அழகாக்குகின்றன என்று உணரவும், அவை போன்ற பல அமைப்பு முறைகளை உருவாக்கவும், அமைப்பு முறைகளில்

உள்ள மறைந்திருக்கும் விதிகளை விவரித்து கூறவும் குழந்தைகள் கற்றுக் கொள்ளும் போது நாம் தொலைத்து விட்டு தேடும் 'அல்ஜிப்ரா சிந்தனைக்கு' அடித்தளம் அமைக்க ஆரம்பித்து விட்டோம் என்று அர்த்தம்.

பொதுவாக முன் மழலையர் வகுப்பில் படங்கள், வடிவங்கள், நிறங்கள், பொருட்கள், போன்றவற்றை பயன்படுத்தி குழந்தைகள் அமைப்பு முறைகளை உருவாக்கலாம். தொடக்க காலத்தில் இந்த அமைப்பு முறைகள் இரண்டு பொருட்களை மட்டும் கொண்ட தொடர் அமைப்புகளாக (Repeated pattern) இருக்கச் செய்யலாம். இதில் குழந்தைகள் போதிய பயிற்சி பெற்ற பிறகு இரண்டு பொருட்கள் என்று இருப்பதை அதிகப்படுத்தலாம்.

தொடரமைப்பு முறையாக இருந்ததையும் 'வளர் அமைப்பு முறையாக' (growing pattern) மாற்றலாம். அமைப்புமுறை வகை எதுவாக இருந்தாலும் அமைப்பு முறையின் விதி என்ன என்று விவரித்தல் இதில் முக்கிய கூறாகும். இதற்கு அடுத்த கட்டமாக குழந்தைகள் தாமாக புது அமைப்பு முறைகளை உருவாக்கி உயர் நிலையை அடைய செய்ய வேண்டும்.

- முன் மழலையர்கள் பொருட்களை அமைப்பு முறைகளில் வைக்கலாம். உதாரணமாக ஒரு குச்சி-ஒரு இலை - ஒரு குச்சி - ஒரு இலை - ஒரு குச்சி - ஒரு இலை என்று படத்தில் காட்டியுள்ளது போல அமைப்பு முறைகளை உருவாக்கச் சொல்லலாம்.

- பல்வேறு வண்ண வண்ண மணிகளை நூலில் கோர்த்து அமைப்பு முறைகளை உண்டாக்கலாம்.

- காய்கறி வெட்டுக்கள், இலைகள் போன்றவற்றை வண்ணங்களில் தோய்த்து அமைப்பு முறைகளை உண்டாக்கலாம்.

- கட்டை விரல்களை வண்ணங்களில் தோய்த்து பல்வேறு அமைப்பு முறைகளை உண்டாக்கலாம்.

இன்னும் சொல்லப்போனால் சத்தம் எழுப்பியும் அமைப்பு முறைகளை உண்டாகலாம். தொடர் கைதட்டல்கள், ஒரு கைதட்டல்- ஒரு விரல் சொடுக்கு, இரண்டு கைதட்டல் ஒரு

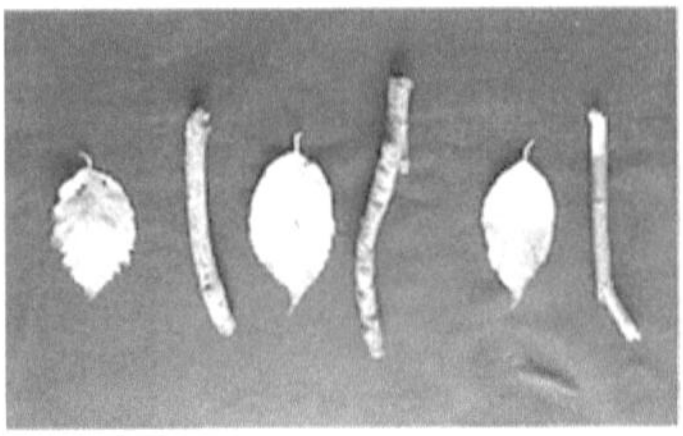

விரல் சொடுக்கு இவை போன்ற வெவ்வேறு ஒலி அமைப்பு முறைகளையும் உருவாக்கி விளையாடலாம்.

நாம் வகுப்புகளில் பொதுவாக விளையாடிய ‘நிற்க - அமர்க’ (Sit - Stand) விளையாட்டு யாரும் மறந்திருக்க மாட்டோம். இது போன்ற உடல் அசைவுகள் மூலமாகவும் அமைப்பு முறை விளையாட்டுகளை குழந்தைகளை விளையாடச் செய்யலாம்.

சவராயலு நாயகர் அரசு பெண்கள் தொடக்கப்பள்ளி, புதுச்சேரி (2016)

இவை போன்ற எண்ணற்ற அமைப்புமுறை செயல்பாடுகளையும் விளையாட்டுகளையும் ஆசிரியர்கள் உருவாக்கி மாணவர்களை அமைப்பு முறையில் கைதேர்ந்தவர்களாக உண்டாக்க வேண்டும்.

அமைப்பு முறையில் வகுப்பறை சிக்கல்

பொதுவாக ஆசிரியர்கள் மத்தியில் காணப்படும் ஒரு குறைபாடு, ‘குழந்தைகள் இதுபோன்ற படங்கள், பொருட்கள்,

ஒளி, உடல் அசைவு அமைப்பு முறைகள் அனைத்தையும் சிறப்பாகவே செய்கின்றனர். ஆனால் எண்கள் என்று வந்துவிட்டால் அதில் உள்ள அமைப்பு முறைகளை கண்டுபிடிக்கவே குழந்தைகளால் முடியவில்லை' என்கின்றனர். இதற்கு எண்ணுணர்வு குறைபாடு ஒரு காரணமாகும். மற்றொரு முக்கியமான காரணம் நான் முன்பு குறிப்பிட்டிருந்தது போல, அமைப்பு முறைகளை பூர்த்தி செய்தல், தொடரில் அடுத்து என்ன வரும் என்று கணித்தல், புதிய அமைப்பு முறைகளை உருவாக்குதல் போன்ற திறன்களோடு சேர்த்து அமைப்பு முறையின் விதியை கண்டுபிடித்து அதை விளக்கும் திறனையும் மாணவரிடம் வளர்க்க வேண்டும். இவ்வாறு விதிகளை விளக்க மாணவர்களை சிந்திக்க வாய்ப்பளிக்க வேண்டும், இடமளிக்க வேண்டும். இவ்வாறு அமைப்பு முறை விதிகளை சிந்திக்க முறையான பயிற்சிகளை வழங்காமல் இருப்பதும் காரணமாகிறது. உதாரணமாக ஆசிரியர்கள் பாட வேளையில் குழந்தைகள் விதிகளை அவர்களாகவே கண்டுபிடிக்க அவகாசம் தருவது கிடையாது. ஆசிரியர்களைப் பொறுத்தவரை அமைப்பு முறை என்பது மிக எளிமையான பாடம் என்று கருதுகின்றனர். 'மூக்குத்தி அம்மன்' என்றொரு திரைப்படத்தில் ஊர்வசி கோயிலுக்கு செல்வது தொடர்ந்து தடைபட்டு வரும். அதற்கு என்ன காரணம் என்று ஜோசியம் கேட்க ஒரு சாமியாரை வீட்டிற்கு அழைத்து வருவார். அழைத்து வந்த சாமியாரிடம் தன் பிரச்சனைகளை கூறி தீர்வு கேட்கும் காட்சி இருக்கும்.

அந்த சாமியார் இதோ உன்னைப்பற்றி எல்லாம் சொல்கிறேன் பார் என்பதுபோல ஊர்வசியின் குடும்பத்தைப் பற்றி ஒவ்வொன்றாக கூற ஆரம்பிக்க, சாமியாருக்கு கூறி முடிப்பதற்கு முன் ஊர்வசியே அத்தொடரை முடித்து வைப்பார். 'உனக்கு பிள்ளைகள் .....' என்று சாமியார் தொடங்க, 'நான்கு' என்று ஊர்வசி முடித்து வைப்பார். 'குடும்பத்தில் நிறைய சந்தோஷம் ....' என்று சாமியார் தொடங்க, 'இல்லவே இல்லை' என்று ஊர்வசி முடித்து வைப்பார். சாமியாரின் கேள்விக்கான எல்லா விடைகளையும் ஊர்வசியே வழங்கி விடுவார். அந்த படத்தின் நாயகன் 'நீ கொஞ்சம் சும்மா இருமா, அவருக்கு என்ன தான் தெரியுது என்று பார்ப்போம்' என்பார். ஆனால், ஆர்வத்தின் உச்சியில் இருக்கும் ஊர்வசி போலி சாமியாருக்கு விடைகளை

குறிப்பாக கொடுத்து உதவி செய்து ஏமாந்து போவார். நமது மக்களை போலிச்சாமியார்கள் எவ்வளவு சுலபமாக ஏமாற்றி விட முடிகிறது என்பதை இயக்குனர் நகைச்சுவையாக காட்சிப்படுத்தி இருப்பார். இக்காட்சியில் வருவது போலத்தான் நமது வகுப்பறைகளிலும் பல நேரங்களில் நடக்கிறது. வகுப்பறையில் நமது ஆசிரியர்கள் குழந்தை யோசிப்பதற்கு அவகாசம் கொடுப்பதே கிடையாது. அவன் கூறுவதற்கு முன்னால் விடையை நேரடியாகவோ அல்லது மறைமுகமாகவோ ஆசிரியர்களே கூறி விடுவார்கள். இல்லை எனில் விடை கூறுவதற்கு எந்த அளவிற்கு குறிப்புகள் கொடுக்க முடியுமோ அந்த அளவிற்கு குறிப்புகள் தந்து மாணவர்கள் வாயிலிருந்து விடையை வரவழைத்து விடுவர்.

ஒன்றாம் வகுப்பு கணித பாடத்தில் ஒரு சில கணக்குகள் இங்கு கீழே கொடுக்கப்பட்டுள்ளன. இது நமக்கு எளிமையானதாக தோன்றலாம். ஆனால், ஒன்றாம் வகுப்பு மாணவர்களுக்கு இவற்றிற்கு விடை கண்டுபிடிக்க சில மணி நிமிடங்கள் நாம் கொடுத்துதான் ஆகவேண்டும். அவனுக்கு விடை கண்டுபிடிக்க முடியவில்லை எனில் கண்டுபிடிப்பதற்கு வேண்டிய உதவிகளை ஆசிரியர்கள் செய்ய வேண்டுமே தவிர குறிப்புகளை கொடுப்பது அவன் சிந்தனைக்கு தடைபோடும் செயலாகும். இவ்வாறு அமைப்பு முறைகளில் முதலில் இருந்தே குழந்தைகளை சிந்திக்க விடாமல் அனைத்து விடைகளையும் நாமே கூறிவிட்டு பின் 'எண்களின் அமைப்பு முறை' என்று வரும்போது குழந்தைகளால் கண்டுபிடிக்க முடியவில்லை என்று குறை கூறுவது ஆசிரியர்கள் யோசிக்க வேண்டிய விஷயம். எனவே அமைப்பு முறைகள் குழந்தைகளை 'காரணகாரிய தர்க்கச் சிந்தனையை' *(Logical Reasoning thinking)* வளர்ப்பதற்கு நமக்கு கிடைத்த வாய்ப்பு என்பதை உணர்ந்து மாணவர்களை வழி நடத்த வேண்டும்.

ஒரு குழந்தையிடம் ‘இத்தனை பொருட்களை எடுத்துகொண்டு வா!’ என்று நாம் கேட்க, அக்குழந்தை சரியான எண்ணிக்கை அடங்கிய ஒரு தொகுப்பை நம்மிடம் கொடுக்க குறைந்தது ஓராண்டு கால செயல்முறை பயிற்சி அக்குழந்தைக்கு தேவைப்படுகிறது.

எண்ணிக்கையில் துல்லியமும், எண்களுக்கு இடையே உள்ள தொடர்பை வளர்த்தலும் இதற்கு முக்கியமாகும். எண்களில் புரியா தன்மையை குறைக்க எண்ணறிவு வளர்ச்சி மிகவும் அவசியமாகிறது. எண்ணறிவு வளர வளர, எண்களின் புரியாத்தன்மை குறையும்.

1. எண்ணுதல் கோட்பாடுகள்

சிறு குழந்தைகள் பொதுவாக பெரியவர்கள் எண்ணுவதை பார்த்து அவர்களை போலச் செய்து எண்ணும் முறைகளைக் கற்றுக் கொள்கின்றனர். இதுகுறித்து கெள்மன் மற்றும் கெளஸ்டில் (*Gelman and Gallistel, The Child's Understanding of Number*) தங்களின் ஆராய்ச்சியின் முடிவாக ஐந்து விதமான எண்ணிக்கை கோட்பாடுகளை வரையறுக்கின்றனர். இந்த ஐந்து கோட்பாடுகளை இரண்டு குழுக்களாக பிரித்துப் பார்ப்போம். ஒன்று எப்படி எண்ண வேண்டும் என்பதை வரையறுக்கின்றது. மற்றொன்று எதை எண்ண வேண்டும் என்பதை வரையறுக்கின்றது.

‘எப்படி எண்ண வேண்டும்?’ என்பதற்குள்,

1. ஒன்றோடு ஒன்று தொடர்பு படுத்துதல் கோட்பாடு
2. நிலை ஒழுங்கு கோட்பாடு
3. எண் அளவை கோட்பாடு

என்ற மூன்று கோட்பாடுகள் அடங்குகின்றன.

‘எதை எண்ண வேண்டும்?’ என்பதற்குள்

1. கருத்து பொருள் கோட்பாடு
2. நிலை பொருத்தமற்ற தன்மை கோட்பாடு

என்ற இரண்டு கோட்பாடுகள் அடங்குகின்றன. இவற்றை பற்றி விரிவாக பார்ப்போம்.

எப்படி என்ன வேண்டும் (how to count)
ஒன்றோடு ஒன்று தொடர்புபடுத்தி எண்ணுதல் கோட்பாடு

One to one principle ஒரு குழுவில் உள்ள ஒவ்வொரு பொருளோடு ஒரு எண்ணை பொருத்திப் பார்த்து எண்ணுவதை இக்கோட்பாடு குறிக்கிறது. இந்த கோட்பாடை புரிந்துகொள்ள குழந்தைகளுக்கு கீழ் வரும் திறன்கள் தேவைப்படுகின்றன.

எண்களை வரிசையாக ஒப்புவிக்கும் திறன்.

எண்ணும்போது பொருட்களை தொடுதலில் வாய்விட்டு எண் பெயரை உச்சரிப்பது ஒருங்கிணைந்து ஒரே நேரத்தில் நிகழவேண்டும். இவ்வாறு எண்ணும்போது குழுவில் உள்ள ஒவ்வொரு பொருளையும் எண்ணுதல் அல்லது குறித்துக் காட்டி எண்ணுதல் மிகமுக்கிய செயலாக கருதப்படுகிறது. இவ்வாறு செய்வதன் மூலமாக அப்பொருட்கள் எண்ணப் பட்டதை ஊர்ஜிதப்படுத்த முடியும்.

மேலும் குழுவில் உள்ள பொருட்களில் எண்ணப்பட்டவை எண்ணப்படாதவை எவை என்பதை பிரித்துப் பார்த்து உணர வேண்டும். எனவேதான் எண்ணும்போது குழந்தைகள்தான் எண்ணும் குழுவிலிருந்து எண்ணப்பட்ட பொருட்களை வேறு குழுவிற்கு தன் கைகளால் நகர்த்துவது நம்மால் காண முடியும். அவ்வாறு செய்வதன் மூலமாக தன் கை வைத்து நகர்த்திய

பொருட்கள் அனைத்தும் எண்ணப்பட்டவை என்று குழந்தைகள் அடையாளம் காண்பர்.

நிலை ஒழுங்கு கோட்பாடு (The stable order principle.)

குழந்தைகள் எண் பெயர்களை நிலையான வரிசையில் கூற கற்றிருக்க வேண்டும். பொதுவாக சிறு குழந்தைகள் முதல் ஐந்து எண்களை வரிசையாக சொல்ல கற்று இருப்பர். அதற்குப்பின் வரும் எண்களை ஒழுங்கற்று மாறி மாறி சொல்லுவர். (Fuson et al. 1982). அதுவும் எண் பெயர்கள் அந்தந்த மொழிக்கு ஏற்ப உணரத்தக்க அமைப்பு முறை பெறாமல் இருக்கும் போது உதாரணமாக தமிழில் ஒன்று முதல் பத்து வரை இருக்கும் அமைப்பை அதன் பின் வரக்கூடிய எண்களின் அமைப்பிற்கு அடித்தளமாக அமையும். ஆனால், ஆங்கில மொழியில் குழந்தைகள் இதை கற்றுக்கொள்ள சிரமப்படுவர். ஏனெனில் ஒன்று முதல் பத்து வரை உள்ள எண் பெயர் அமைப்பு முறை 11 முதல் 20 வரை உள்ள அமைப்பு முறையோடு தொடர்பற்று இருக்கும். மீண்டும் இருபத்தி ஒன்றிலிருந்து குழந்தைகளால் அடையாளம் கண்டு உணரத்தக்க அமைப்புமுறையை கொண்டிருக்கும். எனவே இந்த இடைப்பட்ட 11 முதல் 19 வரை உள்ள எண்களை குழந்தைகள் வேறு வழியில்லாமல் மனப்பாடம் செய்தே அறிந்துகொள்ள வேண்டிய நிலை இருக்கும்.

ஆரம்பகட்டத்தில் குழந்தைகள் எண்களைத் தொடர்ந்து உச்சரிக்கும் பயிற்சிகள் மூலமாகவும் பாடல்கள் கதைகள் மூலமாக எண்களை பரிச்சியம் செய்வதன் மூலமாகவும் எண்களுக்கு என்று ஒரு நிலையான வரிசை அமைப்பு முறை இருக்கின்றது என்பதை புரிந்துகொள்ள தொடங்குவர். இந்த அடிப்படையை புரிந்துகொள்ளும்வரை குழந்தைகள் தடுமாறுவர்.

இதை புரிந்துகொள்ள தொடங்கும்போது மேலும் மேலும் எண்களை தாமாகவே கிரகித்துக் கொண்டு வரிசையாக சொல்ல கற்றுக்கொள்வர். இவ்வாறு எண்களுக்கு என்று ஒரு நிலையான வரிசை முறை உள்ளது என்பதை அறிந்து கொள்வதையே இக்கோட்பாடு உணர்த்துகிறது.

எண் அளவை கோட்பாடு (The Cardinal Principle)

எண்ணுதல் என்பது ஒரு குழுவில் உள்ள பொருட்களை மொத்த எண்ணிக்கையை கண்டறிவதற்கான ஒரு வழிமுறை என்பதை குழந்தைகள் புரிந்து கொள்ளாமலேயே எண்ண கற்கின்றனர். இன்னும் தெளிவாக சொல்லப்போனால் எண்ணும்போது ஒவ்வொரு பொருளோடு ஒரு எண் பெயரை தொடர்புபடுத்தி எண்ணுவதுபோல கடைசியாக எண்ணும் பொருளுக்கு ஒரு பெயர் தருகிறோம் என்று குழந்தைகள் நினைத்துள்ளனர். ஆனால், அதற்கும் மேல் முக்கியமான அவர்கள் அறிந்துகொள்ள வேண்டிய ஒன்று உள்ளது. அவர்கள் கடைசியாக உச்சரித்த அந்த எண் பெயர் தான் அக்குழுவில் உள்ள ஒட்டுமொத்த பொருட்களின் அளவு என்பதை அவர்கள் புரிந்துகொள்ள வேண்டும். இந்த எண் அளவை கோட்பாடு, ஒன்றோடு ஒன்று கோட்பாடு மற்றும் நிலையான வரிசைமுறை கோட்பாடு ஆகியவற்றுக்குப் பிறகு குழந்தைகளிடம் வளரும். பெரியவர்கள் ஒரு குழுவில் உள்ள பொருட்களை எண்ணும்போது அவர்கள் கடைசியாக கூறிய எண்தான் அக்குழுவின் அளவை குறிக்கின்றது என்பதை மாணவர்களுக்கு வலியுறுத்தி கூறவேண்டும். இவ்வாறு வலியுறுத்த ஏதேனும் ஒரு செயலைச் செய்யச் சொல்லலாம். அதாவது கடைசிப் பொருளை எண்ணி முடித்தபின் கை தட்டுவது அந்தப் பொருளை கொண்டு மற்ற அனைத்துப் பொருட்களையும் வட்டமிட்டு குழுவின் மொத்த அளவைக் குறிப்பிடுவது போன்று ஆசிரியர் ஏதேனும் ஒரு சைகையை செய்யச் சொல்வதன் மூலமாக இந்த எண் அளவை கோட்பாட்டை ஒவ்வொரு முறை எண்ணும் போதும் குழந்தைகள் மத்தியில் வலியுறுத்த முடியும்.

கருத்து பொருள் கோட்பாடு (The Abstraction principle.)

அதுவரை தாங்கள் கண்களால் பார்த்து, கைகளால் தொட்டு செய்த எண்ணுதல் என்ற செயல்பாடு அதன் விரிவாக்கமாக பொருட்களை கற்பனை செய்து எண்களை காதுகளால் கேட்டு எண்ணப் பழகுவதே இந்தக் கருத்து பொருள் கோட்பாடாகும்.

இந்தக் கோட்பாட்டின்படி எண்ணுதல் என்பது வெறும் பொருட்களை எண்ணுவதோடு மட்டுமல்லாமல் பொருட்களின் மதிப்பையும் கருத்தில் கொள்ள வேண்டும் என்ற கருத்து

உருவாக்கத்தை மாணவர்களிடையே சிறு வயது முதல் ஏற்படுத்த வேண்டும். உதாரணமாக சிறு குழந்தைகளிடம் நாணயங்களை கொடுக்கும்போது அவர்கள் நாணயத்தை ஒரு பொருளாகவே கருதி அதை 10 நாணயங்கள் உள்ளன என்று எண்ணுவர்.

ஆனால், நாணயத்திற்கு மதிப்பு உள்ளது. எண்ணும்போது அதை பொருளாக மட்டும் கருதாமல், அந்த நாணயத்தின் மதிப்பு என்ற கருத்து பொருளை நினைவில் கொண்டு எண்ண வேண்டும் என்பதை தான் கருத்து பொருள் கோட்பாடு சொல்கிறது. இது ஒரு உதாரணம் மட்டுமே. எனவே கொடுக்கப்பட்ட காசுகளின் மதிப்பு உணர்ந்து ஒரு 5 வயது குழந்தை எண்ண கற்றுக் கொள்ள வேண்டும். இந்த கருத்து உருவாக்கம் பின்னாட்களில் எண்களின் இடமதிப்பு என்ற கருத்தை அவர்கள் புரிந்து வளர்க்க அடிப்படையாக அமையும்.

நிலை பொருத்தமற்ற தன்மை கோட்பாடு (Order Irrelevance principle)

ஒரு குழுவில் உள்ள பொருட்களை வரிசை முறையை மாற்றி எண்ணினாலும் அதன் அளவு மாறாமல் நிலைத்து இருக்கும் என்பதே இக்கோட்பாடாகும். இந்த கோட்பாடு சிறு குழந்தைகள் புரிந்துகொள்ள சற்று கடினமாகவே இருக்கும். இதை புரிந்துகொள்ள அவர்களுக்கு எண் அளவை கோட்பாடை முழு புரிதல் வேண்டியிருக்கும். எண் அளவை அவர்கள் முழுமையாக புரிந்து கொண்ட பிறகு விளையாட்டு வழியிலும் செயல்பாடுகள் மூலமாகவும் பொருட்களை வரிசை மாற்றி எண்ணினாலும் அல்லது எந்த வரிசையில் எண்ணினாலும் அக்குழுவில் உள்ள பொருட்களின் எண்ணிக்கை மாறாமல் இருக்கின்றது என்ற புரிதலை குழந்தைகளிடம் கொண்டு வரவேண்டும்.

2. குழந்தைகளிடையே வாய்விட்டு எண்ணும் திறனின் வளர்ச்சி

எண்ணுதல் (Counting) என்பது குழந்தைகளின் கற்றல் பாதையில் ஏற்படும் ஒரு கடினமான வளர்ச்சி முன்னேற்றம் ஆகும். இதை இன்னும் கொஞ்சம் எளிமையாக சொல்ல

வேண்டுமாயின் ஒரு குழந்தையை வீட்டிலிருந்து பள்ளியில் சேர்க்கிறோம். எல்கேஜி, யுகேஜி, ஒன்றாம் வகுப்பு முடிக்கின்றனர். ஒரு நாள் திடீரென்று அப்பா, அம்மா அவர்கள் வீட்டிற்கு வரும் விருந்தாளிகளிடம் எங்க பாப்பா ஒன், டூ, த்ரீ (1,2,3...) சொல்லும் கேளுங்கள் என்கிறோம். குழந்தையும் சரளமாக 1 முதல் 100 வரை சொல்கிறது. பெற்றோருக்கு ஒரே பெருமை! விருந்தாளிக்கு பரவாயில்லையே குழந்தை தங்கு தடையின்றி சரியாகவும் விரைவாகவும் கூறிவிட்டாளே என்று வியப்பு! இதில் அந்த குழந்தைக்கு மட்டும் தான் குழப்பம்! 'இப்போ எதுக்குடா நம்மை 1 முதல் 100 வரை சொல்லச் சொன்னார்கள்' என்று கொஞ்சம் யோசித்துவிட்டு பதில் கிடைக்காமல் அடுத்த விளையாட்டிற்கு சென்றுவிடுகிறது. இவ்வாறு பள்ளி செல்லும் முன் 1, 2, 3 மட்டுமே தெரிந்து இருந்த குழந்தை ஒன்றாம் வகுப்பு முடிக்கும் போது 1 முதல் 100 வரை சரளமாக சொல்லக் கற்றுக் கொண்டது. ஒரு தொகுப்பில் உள்ள பொருட்களை சரியாக எண்ண கற்றுக்கொண்டது. நாம் சொல்லும் எண்ணிக்கையில் உள்ள பொருட்களை எடுக்க கற்று உள்ளது. எண்களை முன்னோக்கியும், பின்னோக்கியும் எண்ண கற்று உள்ளது. இவற்றையும் தாண்டி இரண்டு, மூன்று, ஐந்து, பத்து என்று எண்களை தாவித்தாவி எண்ணவும் கற்றுள்ளது. இவ்வாறு தான் கற்ற திறன்களை அன்றாட வாழ்விலும் பயன்படுத்த கற்று உள்ளது. (மேலே உள்ள திறன்கள் அனைத்தும் ஒன்றாம் வகுப்பு முடிக்கும் போது ஒரு குழந்தை அடைவு பெற்றிருக்க வேண்டும்). இவை அனைத்தும் கண்மூடி திறக்கும்போது நிகழ்ந்து விட்டதா என்ன? பெற்றோருக்கு தெரிந்த ஒரே பதில் பள்ளியில் குழந்தை கற்றுக்கொண்டது என்பது தான். ஆனால், பள்ளியில் உள்ள ஆசிரியருக்கு இது ஒரே நாளில் நடந்துவிடவில்லை என்பது தெரியும். இந்த திறன்கள் ஒவ்வொன்றையும் குழந்தைகள் ஒவ்வொன்றாக அடையப் பெற்று, ஒன்றாம் வகுப்பு முடிவில் எண்ணுதல் திறன் பெற்றவர்களாக காணப்படுகின்றனர். எனவே எண்ணுதல் என்பதை பல கடினமான திறன்களின் தொகுப்பு என்று கூறலாம். இந்தத் திறன்களை அடைவதற்கான கற்றல் பாதை பற்றி கிளமெண்ட் - சாராமா (2009) கூறுகின்றனர். அவர்கள் குழந்தைகள் சிந்தனை படிநிலைகளை வரையறுத்தனர்.

ஒவ்வொரு படிநிலையிலும் குழந்தை ஒரு குணாதிசயத்தை வெளிப்படுத்துகிறது. இதை வாய்விட்டு எண்ணும் திறனின் கற்றல் பாதை எனலாம் அதை கீழே காண்போம்.

1. எண்ணுதற்கு முன்னவர் (Pre counter)

இது எண்களை எண்ண கற்கும் குழந்தைகளின் முதல் படி நிலையாகும். இந்நிலையில் குழந்தைக்கு வாய்விட்டு எண்ண தெரியாது. இந்நிலையில் குழந்தைக்கு எண்ணிற்கும் பொருட்களுக்கும் தொடர்புபடுத்த தெரியாது. 3 பந்துகளை காண்பித்து அங்கு எத்தனை உள்ளன என்று கேட்டால் அங்கு பந்துகள் உள்ளன என்று கூறுவரே தவிர 'எத்தனை உள்ளது' என்ற கேள்விக்கு பொருட்களை எண்ணி பதில் அளிக்க வேண்டும் என்பதை இப்படிநிலையில் அவர்கள் அறிய மாட்டார்கள்.

2. ஒப்புவிப்பவர் (Reciter)

இப்படிபட்ட நிலையில் குழந்தைகள் வாய்விட்டு எண் பெயர்கள் கொண்டு பொருட்களை எண்ணுவர். ஆனால், சரியான வரிசைமுறை பயன்படுத்துவர் என்று கூற முடியாது. சில நேரங்களில் பொருட்களின் எண்ணிக்கையைவிட அதிகமாகவோ அல்லது குறைவாகவோ கூறுவர். சில எண்களை இடையிடையே விட்டுவிடுவர், பொருட்களை எண்ணாமல் விட்டுவிடுவர், சொன்ன எண்ணையே திரும்பத் திரும்பச் சொல்லுவர்.

3. பொருத்திப் பார்ப்பவர் (Corresponded)

இந்நிலையில் குழந்தை பொருட்களையும் எண்களையும் ஒன்றோடு ஒன்று பொருத்திப் பார்க்கக் கற்றுக் கொண்டிருப்பர். ஒரு பொருளுக்கு ஒரு எண் என்று எண்ணுவர். எண்ணி முடிக்கும் போது எத்தனை இருந்தன என்று கேட்டால் சொல்ல தெரியாது பதில் சொல்வதற்காக மீண்டும் பொருட்களை எண்ண முற்படுவர்.

4. எண்ணுபவர் (Counter)

இந்த நிலையில் குழந்தைகளால் ஒரு ஒழுங்கு முறையில் எடுத்துக்காட்டாக ஒரே நேர் வரிசையில் அமையப்பெற்ற பொருட்களை சரியாக எண்ணி முடிவில் எத்தனை பொருட்கள்

இருந்தன என்பதை கூறுவர். தான் எண்ணிய எண்களில் கடைசியாக கூறிய எண் தான் அக்குழுவில் உள்ள பொருட்களின் மொத்த எண்ணிக்கை என்ற எண் அளவையை உணர்ந்து இருப்பர். எண்ணிக்கைக்கான பொருத்தமான எண்ணை எழுதவும் தெரிந்து இருப்பர்.

5. உருவாக்குபவர் (Producer)

இந்நிலையில் ஒரு குறிப்பிட்ட எண்ணிக்கையை சொல்லி அந்த எண்ணிக்கை பொருட்களை எடுக்கச் சொன்னால், அதை அவர்களுக்கு எடுக்கத் தெரியும். உதாரணமாக 5 பந்துகளை எடு என்றால் 5 பந்துகளை உங்களுக்கு சரியாக எடுக்க தெரிந்திருப்பர்.

6. எண்ணி உருவாக்குபவர் (Counter and Producer)

மேலே குறிப்பிட்டுள்ள நான்காவது மற்றும் ஐந்தாவது படிநிலைகள் இரண்டையும் ஒரு குழந்தையால் ஒருசேர செய்யும் நிலைதான் இது. இதில் குழந்தைகள் பொருட்களை சரியாக எண்ணி எத்தனை உள்ளன என்று சொல்லுவர். தான் எண்ணிய பொருட்களையும் எல்லாவற்றையும் தனித்தனியே பிரித்துப் பார்க்க இவர்களுக்கு தெரியும். முறையற்ற அமைப்பு முறையில் உள்ள பொருட்களையும் எண்ண கற்றுக் கொண்டிருப்பதும் மேலும் எண்களை ஒன்றுக்கள் பத்துக்கள் என்று தனித்தனியே பிரித்து பார்க்கவும் தெரிந்து இருப்பார்.

7. பின்னோக்கி எண்ணுபவர் (Backward counter)

இந்தப் படிநிலையில் ஒரு குழந்தை பொருட்களை ஒவ்வொன்றாக குழுவிலிருந்து நீக்கியோ அல்லது பொருட்களின் உதவியில்லாமல் வாய்வழியாக பின்னோக்கி என்ன தெரிந்து இருப்பர்.

8. எங்கிருந்தும் எண்ணுபவர் (Count from any number)

இந்த நிலையில் குழந்தைகள் ஒன்றிலிருந்து எண்ணுவதை தாண்டி எண் வரிசையில் எந்த இடத்தில் இருந்து எண்ண தெரிந்திருப்பர்.

9. தாவி தாவி எண்ணுபவர் (skip counter)

எண்களை 2, 5, 10 என்று குழுக்களாக தாவி தாவி எண்ண கற்றுக் கொண்டிருப்பர்.

3. எண்களை அறிமுகம் செய்வது எப்படி? என் வகுப்பறை அனுபவம்

ஒரு நபரை அல்லது நம்மைப் பற்றி நாம் எப்படி மற்றவர்களுக்கு அறிமுகம் செய்து கொள்கிறோமோ, அது போல் எண்களை அறிமுகம் செய்வது மிக மிக முக்கியம். பிறந்த குழந்தையை செல்லமாக கைகளில் ஏந்தி "அம்மா சொல்லு, அப்பா சொல்லு, தாத்தா சொல்லு" என்று வேண்டி வேண்டி கற்றுத் தருகிறோம். நம் உதடின் அசைவுகள், உச்சரிப்பு, ஓசை என இவை அனைத்தையும் உட்கிரகித்து அக்குழந்தை பேசுவதற்கு முயற்சிகளை மேற்கொள்ளும். நாம் அறிமுகம் செய்த வார்த்தைகளை விட்டுவிட்டு "அத்தை" என்று கூறும். ஆஹா, என்று பூரிப்போம். பின்னர் அம்மா, அப்பா, தாத்தா என்று ஒவ்வொன்றாக சொல்ல ஆரம்பிக்கும். இவ்வாறு முயன்று தவறி பேச கற்கும் குழந்தைகள் பள்ளியில் வந்து கற்றுக்கொள்ளும் ஒரு உலகளாவிய மொழி எண்களாகும். எண்கள் மிக அழகானவை. எவ்வளவு அழகானதோ அவ்வளவு சிக்கலானதும் கூட. எண்ணில் என்ன சிக்கல் இருக்கப்போகிறது? கையில் நான்கு, ஐந்து பிஸ்கட்கள் வைத்து சாப்பிட்டுக்கொண்டிருக்கும் குழந்தையிடம் "அம்மாவிற்கு ஒன்று கொடு" என்று கேட்கும் போது புன்னகையோடு ஒரு பிஸ்கெட் எடுத்து கொடுக்கும். "இன்னொரு" என்று கேட்டால் இன்னொன்று எடுத்துக் கொடுக்கும். அதே குழந்தைக்கு இரண்டு கழித்தல் ஒன்று *(2-1= 1)* என்ற கணித மொழி தடுமாற்றம் தருகிறது. இதுதான் எண் மொழியியலின் சிக்கல்.

எண்களை நாம் யாருக்கு அறிமுகம் செய்கிறோம் எப்படி அறிமுகம் செய்கிறோம் என்பது முக்கியமாகும். குழந்தைகளுக்கு எண்களை கற்றுத் தருவது என்பது எண் உருவை அறிமுகம் செய்வதாகத்தான் வகுப்பறையில் நினைக்கின்றனர்; ஆனால் எண் அறிவு என்பது ஒன்றுக்கும் மேற்பட்ட திறன்களை மாணவர்களிடம் புரிதலோடு வளர்ப்பதாகும். ஒரு ஆசிரியராக பதினைந்து ஆண்டுகளுக்கு முன்னர் என்னுடைய கணித வகுப்பறையில் நான் எண்களை ஒன்றாம் வகுப்பு குழந்தைகளுக்கு கற்றுத் தந்த விதத்திற்கும் தற்போது எண்களை அறிமுகம்

செய்வதற்கும் பல்வேறு வித்தியாசங்களை என்னால் உணர முடிகிறது.

15 ஆண்டுகளுக்கு முன்பு எண்களை சிறுசிறு தாள்களில் எழுதிக் கொள்வோம். பின்னர் மாணவர்கள் அனைவரும் வட்டமாக நிற்க வைத்து 1 என்ற எண் அட்டையை அவர்கள் கையில் கொடுத்து அதனை பிடித்தபடி ஒன்று, ஒன்று, ஒன்று.... என்று சொல்லிக்கொண்டே வட்டத்தில் ஓட வேண்டும். அடுத்து 2 என்ற எண் அட்டையை கையில் பிடித்தபடி இரண்டு, இரண்டு... என்று சொல்லிக் கொண்டே ஓட வேண்டும். இவ்வாறு ஒன்று முதல் பத்து வரை உள்ள எண்களை வைத்து ஒருநாள் விளையாடுவோம். இவ்வாறு விளையாடுவதன் மூலமாக குழந்தைகளுக்கு எண் பெயரையும் எண் உருவையும் அறிமுகம் செய்வேன். அதன் பின்னர் ஒன்று முதல் பத்து வரை கரும்பலகையில் எழுதிப் போட்டு அதை தொடர்ந்து வாசிக்கச் செய்வேன். அதாவது மீண்டும் மீண்டும் எண்களை வரிசையாக கூறும் திறன் வளர்த்தல் செயல்பாடு. அதன் பின்னர் எண்களை எழுத வைத்தல். கடைசியாக குழந்தைகளுக்கு ஒப்படைப்பு தருவேன். எண் அட்டைகளை படங்களோடு தயாரித்து வரச் செய்வேன்.

இவ்வாய்ப்பின் மூலமாக எண்களை காட்சிப்படுத்தி எண்ணும் திறனை மாணவர்கள் பெறுவர். 1 முதல் 10 வரை முடித்த பிறகு அடுத்து 11 முதல் 20 வரை மீண்டும் அதே செயல்பாடுகள் தொடர வேண்டும். 20 வரை முடித்த பிறகு மீதமுள்ள எண்களை வரிசையாக எழுதி போட்டு படிக்க வேண்டியதுதான்.

இவ்வாறுதான் என்னுடைய புரிதலும் பாட தயாரிப்பும் இருந்தது. மேலே உள்ளதில் தவறு ஏதும் இல்லை. குழந்தை எண் பெயர், எண் உரு, எண் வரிசை அறிதல் போன்ற திறன்களை பெறுகின்றனர். மேலும் எண்களை கற்பிக்க ஒரு செயல்பாடு, விளையாட்டு வழி, ஒப்படைப்பு என்று வெவ்வேறு உத்திகளை பின்பற்றி இருக்கின்றேன். மகிழ்ச்சிதான். ஆனால் இந்த கற்றல் கற்பித்தலில் உள்ள குறைபாடு என்னவென்றால் ஐந்து என்ற எண்ணை (இங்கு ஐந்து என்பது அவ்வெண்ணை பற்றி பேசுவதாக அர்த்தம் இல்லை. உதாரணத்திற்காக 'ஐந்து' என்ற எண்ணை எடுத்துக் கொள்கிறேன் என்று புரிந்துகொள்ள வேண்டும்.) குழந்தையை படிக்க எழுத கற்றுக் கொண்டதே தவிர 'ஐந்து' என்றால் என்ன என்று புரிந்து கொண்டதா என்ற கேள்வி என்னுள் எழுகிறது.

5 - ஐ புரிந்துகொள்வது என்றால் என்ன?

இதில் எத்தனை பூக்கள் உள்ளன என்று கேட்டால் எண்ணிப் பார்த்து 5 என்று விடை கூற வேண்டும். ஒவ்வொரு பொருளையும் தனித்தனியாக எண்ணி முடிவில் கூறிய 5 என்ற எண் பெயர் 5 பூக்கள் அடங்கிய ஒரு குழுவை குறிப்பிடுகிறது. எண்ணும்போது நாம் எண்களை வரிசையாக சொல்லி

கடைசியாக முடிக்கும் எண்ணே அக்குழுவின் அளவை குறிக்கிறது. எண்ணும் போது பொருட்களுக்கு வெவ்வேறு எண்கள் கொடுத்தாலும் குழுவின் அளவு மாறாமல் அப்படியேதான் இருக்கும். அதாவது,

படத்தில் காட்டியுள்ளது போல் பொருட்களை மாற்றி எண்ணினாலும் குழுவின் எண்ணிக்கை மாறாது.

5 என்பதில் 1+1+1+1+1 ஐந்து ஒன்றுக்கள் உள்ளன.

5 என்பதை 2+3, 2+2+1, 4+1, 3+1+1 என பல்வேறு வழிகளில் எழுதலாம்.

5 என்பது 4 ன் அடுத்துள்ள எண்.

5 என்பது ஐந்து சாக்லெட், ஐந்து ரூபாய் என்று மேலும் பலவற்றை குறிக்கும்.

இவ்வாறு 5 என்ற எண்ணை பலவாறு குழந்தைகள் புரிந்து கொள்ளும் வாய்ப்பை பொதுவாக நம் கணித வகுப்பறையில் புறக்கணித்து விடுகின்றனர். நானும் அதில் விதிவிலக்கல்ல. இப்பொழுது ஐந்து என்ற எண்ணை ஏந்தியபடியும் எண் பெயரையும் சொல்லியும் என் குழந்தைகள் வட்டமாக ஓட வைத்தது எண்ணிப்பார்த்தால், அடடே குழந்தைகளிடம் எண்ணுணர்வை வளர்க்கக்கூடிய செயல்பாடுகள் எதையும் செய்யாமல் விட்டு விட்டோமே என்று வருத்தம் கொள்கிறேன்.

குருட்டாம் போக்கில் இல்லாமல், எண்ணுணர்வை வளர்க்கும் வாய்ப்புகள் அடங்கிய வகுப்பறையான எனது வகுப்பறையில் எண்களை குழந்தைகள் எப்படி கற்கின்றனர் என்பதற்கான மாதிரி இங்கே கொடுக்கிறேன்.

இதையும் தாண்டி உங்கள் கணித வகுப்பறைகள் சிறப்புற வேண்டும் என்ற பேராவலில் இதோ உங்களுக்காக முதலாம் வகுப்பு மாணவர்களுக்கு எண்களை அறிமுகம் செய்த அனுபவத்தை இங்கே பகிர்கிறேன்.

பாடத்தயாரிப்பு[11]

திறன் : ஒன்று முதல் ஒன்பது வரையுள்ள எண்களை அறிதல்.

வகுப்பு : ஒன்றாம் வகுப்பு.

(முன்னறிவு : ஒன்றோடு ஒன்று பொருத்துதல் (one to one correspondance).

ஒன்றுக்கு ஒன்று என்பது முன்-எண் செயல்பாடு ஆகும். எண்களை அறிந்து கொள்வதற்கு முன் இச்செயல்பாட்டை நாம் போதுமான அளவு குழந்தைகளுக்கு பயிற்சி அளிக்க வேண்டும். இச்செயல்பாட்டை குழந்தைகள் மிக விரும்பி செய்வார்கள். நானும் கூட சிறுபிள்ளையாக இருக்கும்போது இதை விரும்பி செய்த ஞாபகம் இருக்கிறது. என் கணித பாட புத்தகத்தில் இந்த பக்கங்களின் நினைவுகள் இன்னும் பசுமையாக எண்ணத்தில் நிறைந்து உள்ளன.

ஒரு பந்திற்கு ஒரு மட்டை,

ஒரு முயலுக்கு ஒரு கேரட்,

ஒரு சட்டைக்கு ஒரு பேண்ட்,

ஒரு கப்பிற்கு ஒரு சாசர்

என்று வேடிக்கையும் மகிழ்ச்சியும் நிறைந்ததாக இருக்கும்

---

11. இப்பாடத் தயாரிப்பு 2016ஆம் ஆண்டு நான் முதலாம் வகுப்பு எடுத்து போது என்னால் உருவாக்கப்பட்டது. இதை வகுப்பறையில் மட்டுமல்லாமல் அவ்வாண்டு புதுவை கல்வித்துறையின் தொடக்கப்பள்ளி ஆசிரியர்களுக்கு வழங்கப்பட்ட பயிற்சியிலும் பயன்படுத்தி உள்ளேன்.

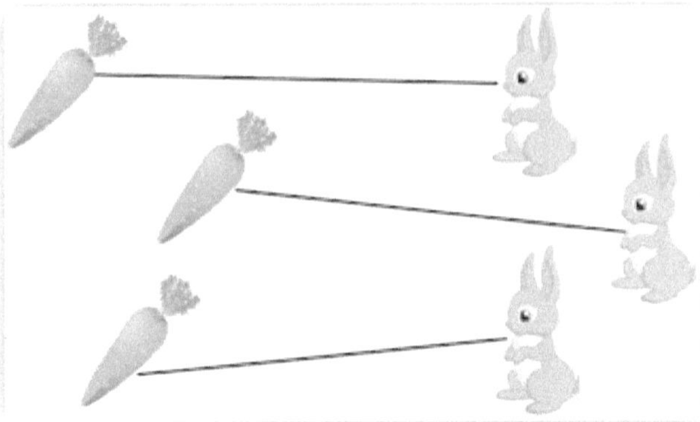

இச்செயல்பாடுகளை பயிற்சிதாளில் வழங்கினேன். வண்ணம் தீட்டி ஒன்றுக்கு ஒன்று என்று படங்களை பொருத்தி மகிழ்வாக சென்றது ஒரு பாடவேளை. அடுத்த கட்டமாக எண்களை அறிமுகம் செய்வது. இதற்காக நான் ஒரு கற்றல் கற்பித்தல் கருவியை வடிவமைத்தேன், படம் கீழே உள்ளது.

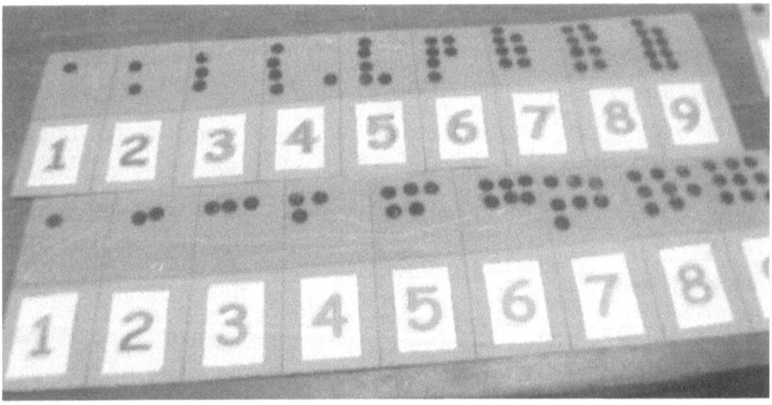

இவ்வாறு ஒரு அட்டையில் கட்டங்களும் மேல் வரிசையில் 1 முதல் 9 வரை எண்களும் கீழ் வரிசையை காலியாகவும் விட்டுவிட்டேன். அட்டைக்கு மேலே முழுவதுமாக செல்லோ டேப்பை ஒட்டி விட்டேன். இப்போது குழந்தைகள் பயன்படுத்த ஏதுவாக ஒரு கற்றல் கற்பித்தல் துணைக் கருவி தயாராகிவிட்டது.

நாம் எழுதி எண்கள் கலையாது, தண்ணீர் பட்டு அழியாது, அட்டை கிழியாது மேலும் இத்துணைக் கருவியை ஒன்றிற்கு மேற்பட்ட முறை பயன்படுத்த ஏதுவாகவும் இருக்கும்.

எப்போதுமே நாம் செய்யும் ஒரு கற்றல் கற்பித்தல் துணைக்கருவிக்கு நான் மேலே குறிப்பிட்ட பண்புகள் இருக்குமாறு பார்த்துக்கொள்ள வேண்டும். இச்செயல்பாடு ஒரு குழு செயல்பாடாகும்.

ஒவ்வொரு குழுவிற்கும் ஒரு கருவி இருக்குமாறு பார்த்துக் கொள்ள வேண்டும். மேலும் ஒரு குழுவில் இரண்டுக்கு அதிகமாகவும், ஐந்துக்கு குறைவாகவும் மாணவர்கள் இருக்குமாறு பார்த்துக்கொள்ள வேண்டும்.

செய்முறை

ஆசிரியர் முதல் கட்டத்தில் மட்டும் ஒரு ஸ்டிக்கர் பொட்டை ஒட்டவேண்டும். அடுத்த கட்டத்திற்கு அதற்கு முன்பு இருந்த கட்டத்தில் உள்ளதைவிட ஒரு பொட்டு கூடுதலாக ஒட்ட வேண்டும். அதாவது முதல் கட்டத்தில் ஒரு பொட்டு ஒட்டியிருக்கும். அடுத்த கட்டத்தில் ஒரு பொட்டு ஒட்டி அத்தோடு இன்னொரு போட்டு ஒட்ட வேண்டும். அடுத்த கட்டத்தில் இரண்டு பொட்டுகள் ஒட்டி அத்தோடு இன்னுமொரு பொட்டு ஒட்ட வேண்டும்.

இவ்வாறு தொடரவேண்டும். செயல்பாட்டில் குழந்தைகளின் எண்கள் பற்றிய முன்னறிவு *(Prior knowledge)* பயன்படுத்தி தங்கள் கற்றலை தாங்களே கட்டமைக்கின்றனர். இதனை ஆங்கிலத்தில் Constructivism என்று கூறுவர். அறிவு கொடுக்கப்படுகிறது என்ற தளத்திலிருந்து முன் அறிவினை அடித்தளமாகக் கொண்டு அறிவு கட்டமைக்கப்படுகிறது என்ற தளத்திற்கு நகர்தல். இதுகுறித்து உளவியலாளர்கள் வைகாட்ஸ்கி, பியாஜே *(piaget, vygotsky etc.,)*போன்றோர் கூறியுள்ளனர்.

இச்செயல்பாட்டில் குழந்தைகளுக்கு ஒன்றுக்கு ஒன்று பொருத்துதல், *1,2,3* போன்ற சிறிய எண்களை வீட்டில் இருந்தே தெரிந்து வைத்திருத்தல், அதிகம்-குறைவு *(more-less)* போன்ற கருத்துகளை முன் அறிவாக செயல்படுகின்றன.

ஆசிரியர் இதில் எண் பெயர்களை அறிமுகம் செய்யவில்லை. முதல் எண்ணிற்கு கீழே ஒரு பொட்டை *(sticker)* மட்டும் ஒட்டி கொடுத்து விட்டார். குழந்தைகள் ஒன்று என்ற எண்ணையும், எண்ணிக்கையும் முன்பே அறிய பெற்றுள்ளனர்.

அதை அடிப்படையாகக் கொண்டு அடுத்த கட்டத்தில் இதில் உள்ளது போல ஒரு பொட்டை ஒட்டி அதனோடு இன்னொன்று சேர்க்க வேண்டும். அவ்வாறு சேர்த்த பின் குழந்தைகள் அதற்கு நேர் மேலே உள்ள எண் உரு இந்த எண்ணிக்கையை குறிப்பதை குறிப்பால் அறிவர். குழுவில் உள்ள சில குழந்தைகள் எண் பெயரையும் உரக்கச் சொல்வர். அடுத்த கட்டத்தில் இரண்டாவது கட்டத்தில் உள்ளது போல் ஒன்றுக்கு ஒன்று என்ற அடிப்படையில் இரண்டு பொட்டுகளை ஒட்டி அத்தோடு மேலும் ஒரு பொட்டை அதிகமாக ஒட்ட வேண்டும். இவ்வாறு செய்யும்பொழுது குழந்தைகளிடையே கணித பேச்சுகள் நிகழும். இதில் எண் பெயர்கள் அறிய பெற்ற குழந்தைகள் அவற்றை பயன்படுத்துவர். கற்றல் இயல்பாக நிகழும்.

ஒரு குழுவோடு மற்றொரு குழுவுடன் அவர்கள் வேலையை பொருத்தி பார்ப்பர். தவறுகள் இருந்தால் பேசுவர். யார் செய்தது சரி? யாருடையது தவறு? என்று விவாதிப்பர். மூன்றாம் நபரிடம் சரிபார்ப்பர். அந்த மூன்றாம் நபர் ஆசிரியராகவோ அல்லது மற்றொரு குழுவாகவோ அல்லது தனது நண்பராகவோ இருக்கலாம். கணித வகுப்பறையில் கற்றல் கரை புரண்டு ஓடும். சலசலவென்று சத்தமும், சில நேரங்களில் சலனமே இல்லாத அமைதியான வேலையும் நிகழும். இவ்வாறு இக்கற்றல் செயல்பாடு சென்று கொண்டிருந்தது. இதில் இன்னும் அதிசயத்தக்க நிகழ்வு நடந்தது. ஒன்றாம் வகுப்பு குழந்தைகளுக்கு எண் அமைப்பு முறை (pattern & number pattern) இன்னும் அறிமுகம் கூட செய்யவில்லை. ஆனால், குழந்தைகள் பொட்டுகள் ஒட்டியதில் பல்வேறு அமைப்பு (Pattern) முறைகளை பயன்படுத்தி இருந்தனர். நாம் செய்ய வேண்டியது எல்லாம் "WOW நல்லா இருக்கே!" என்று பாராட்டும், ஏன்? எப்படி? போன்ற கேள்விகளை முன்வைப்பதும்தான். நாம் வாய்கிழிய கத்தி சொல்வதில் இல்லை கற்றல். குழந்தைகளின் புலன்களின் வழியே சிந்தனையைத் தூண்டுவதன் மூலம் தான் உண்மையான கற்றல் நிகழ்கிறது.

இச்செயல்பாடு முடிந்தவுடன் குழந்தைகள் குழுவாக தாங்கள் செய்த செயலைப்பற்றி தங்களுக்குள்ளே குழுவாக விவாதிக்க

வேண்டும். ஒன்றாம் வகுப்பு குழந்தைகள்தானே என்ன பெரிதாக விவாதித்து விடுவார்கள் என்று எண்ண வேண்டாம். அவர்கள் நம் வேலையை மிக சுலபம் ஆக்கிவிடுவார்கள். ஆசிரியர் செய்ய வேண்டியது எல்லாம் கேள்வி எழுப்புவது மட்டும்தான். இக்கட்டடத்தில் எண் பெயர்களை அறிமுகம் செய்து விட வேண்டும். ஒவ்வொரு எண்ணிற்கும் கீழே உள்ள பொருட்களை எண்ணச் சொல்ல வேண்டும். எண்ணும் போது பெயர்களை வரிசையாக சொல்கிறார்களா? என்பதை கவனிக்க வேண்டும். இச்செயல்பாடு குழுவில் நிகழ்ந்தால் மாணவர்கள் செய்யும் தவறுகளை மாணவர்களே சுட்டிக்காட்டி சரியாக செய்யும் வாய்ப்புகள் அதிகம் ஏற்படும். இப்போது ஓரளவிற்கு 1 முதல் 9 வரை குழந்தைகள் கற்றுக்கொண்டனர் என்ற நம்பிக்கை வரும். அடுத்தது கற்றுக்கொண்டதை வலுப்படுத்தும் செயல்பாடுகள். இதற்கும் ஒரு கற்றல் கற்பித்தல் கருவியை உருவாக்கினேன்.

இதேபோல் ஒவ்வொரு எண்ணையும் நான்கு வடிவில் காண்பிக்க வேண்டும். எண்ணுரு, எண் பெயர் (எழுத்துக்களை), புள்ளிகள் மற்றும் விரல் என்று நான்கு வடிவில் உள்ள அட்டைகளை தனித்தனியே வெட்டி எடுத்துக்கொள்ள வேண்டும். இப்போது அனைத்தையும் ஒரு பெட்டியில் போட்டு விட்டு குழந்தைகளை ஆளுக்கொன்று எடுக்க சொல்ல வேண்டும். இப்போது விளையாட்டு துவங்குகிறது. ஆசிரியர்

ஓர் எண்ணை சத்தமாக கூறவேண்டும். அந்த எண்ணின் நான்கு வடிவங்களை கையில் வைத்திருக்கும் குழந்தைகள் நால்வரும் ஒன்றாக சேர வேண்டும். அடுத்தடுத்த எண்களை ஆசிரியர் கூற கேட்டு மற்ற எண்களுக்கு ஒன்றாக சேர வேண்டும். இவ் விளையாட்டை விளையாடும் போது சின்னஞ்சிறு கைகளில் அட்டைகளைப் பிடித்தபடி தன் குழுவில் வந்து சேராத இணை எங்கே உள்ளனர் என்பதை சிறு குழந்தைகள் தேடித் திரியும் காட்சிகளும், தன் கையில் இருக்கும் அட்டை என்னவென்று தெரியாமல் விழித்திருக்கும் குழந்தைகளை பக்கத்தில் இருக்கும் குழந்தை, "ஏய் உன்ன தான் தேடுறாங்க; நீ தான் ஐந்து வைத்திருக்கிறாய்; போ போய் உன் குழுவில் சேரு!" என்று வழிகாட்டி அனுப்பும் குறும்புகளும், அக்கறையும் கலகலப்பாக மாற்றியது கணித வகுப்பறையை. இத்தோடு முடியவில்லை இவ்விளையாட்டு. இப்பொழுது *1* முதல் *9* வரை தனித்தனியே குழுவாக குழந்தைகள் நின்று கொண்டிருப்பர். வகுப்பின் மையத்தில் இருக்கும் ஆசிரியர் கை தட்டுவார். அவர் எத்தனை முறை தட்டினாரோ அதை கவனித்து அந்த எண்ணை உடைய குழுவினரும் அத்தனை முறை கைகளை தட்ட வேண்டும். இவ்வாறு முற்றிலும் வித்தியாசமாக எண்களையும் எண்ணிக்கையும் ஒலிவடிவில் கூர்ந்து கவனித்து வலுவூட்டும் பெற்றனர் குழந்தைகள்.

வலுவூட்டும் செயல்பாடுகள் குழந்தைகள் கற்ற திறனை அவர்கள் வாழ்க்கையோடு தொடர்பு படுத்துவதாக இருக்க வேண்டும். அதனால்தான் குழந்தைகள் அவர்கள் வாழ்க்கையில் எண்களை எந்தெந்த வடிவங்களில் காண்கின்றனரோ அதனை தொடர்பு படுத்தி வலுவூட்டும் செயல்பாடுகளை நாம் அமைக்க வேண்டும். குழந்தைகள் தாங்கள் கற்ற எண்களை நிஜ வாழ்வில் எவ்வெவ் வடிவங்களில் காண்பரோ அவற்றை தொடர்பு படுத்துவதே இவ்வலுவூட்டல் செயல்பாட்டின் முக்கிய நோக்கமாகும். எண்களை வெவ்வேறு வடிவங்களில் நம்மை சுற்றியுள்ள சூழலில் காணும் நாம், அவற்றை ஒலி வடிவத்திலும் கொடுக்க முடியும் என்பதற்கான ஒரு முயற்சிதான் இந்த கைத்தட்டல் செயல்பாடாகும். கை தட்டுவது போன்ற செயல்பாடுகள் குழந்தைகளிடையே நல்ல பலனைத் தந்தது.

அடுத்த செயல்பாடாக எண்களை எழுத பயிற்சி அளித்தலாகும். முதலில் புள்ளிகளை இணைத்து எழுதுதல் பயிற்சி அளித்தல். அதன் பின்னர் நோட்டில் எழுத வைத்தல்.

இறுதியாக மதிப்பீட்டு செயல்பாடு; இதற்கு மூன்று பயிற்சி தாள்களை வடிவமைத்து இருந்தேன். அவை கீழே உள்ள எண்களை சரியான எண்ணிக்கையோடு பொருத்துதல்.

மற்றொன்று படத்தில் கொடுக்கப்பட்டுள்ள பொருட்கள் மொத்தம் எத்தனை உள்ளன என்று எண்ணி எழுத வேண்டும். அத்தோடு ஒரு விவசாய பண்ணையில் படத்தை கொடுத்துவிட்டு அதில் எத்தனை மாடு, குதிரை உள்ளன என்று கண்டுபிடித்து எழுதச் சொல்லவேண்டும்.

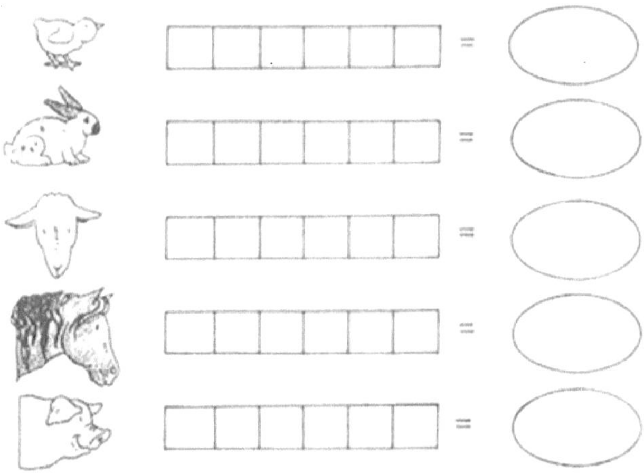

மூன்றாவது எண்களை வரிசைப்படி இணைத்து வரும் படத்திற்கு வண்ணம் தீட்ட வேண்டும்.

இவ்வாறு நான் என் முதலாம் வகுப்பு மாணவர்களுக்கு 1 முதல் 9 வரை எண்களை அறிமுகம் செய்கிறேன். 15 ஆண்டுகளுக்கு முன்பு இருந்த என்னை இன்றைக்கு நான் மிஞ்சி உள்ளேன். வகுப்பறையில் கற்றல் நிகழ்வது வெறும் மாணவர்களுக்கு மட்டுமல்ல, ஒவ்வொரு ஆசிரியருக்கும்தான். இந்த மாற்றங்களும், கற்றளும் வகுப்பறையை உயிரோட்டம் ஆக்குகின்றன.

இவ்வாறு 1 முதல் 9 வரை எண்களை அறிமுகம் செய்வதில் பல்வேறு திறன்கள் அடங்கியுள்ளதை நாம் கவனிக்க வேண்டும்.

1. எண்களை அறிதல் (knowing the numbers).

2. எண் பெயரை படித்தல், எழுதுதல் (Knowing number Names).

3. எண்ணுதல் (Counting).

4. எண் அளவை அறிதல் (cardinality principal).

5. ஒன்றோடு ஒன்று தொடர்புபடுத்தி எண்ணுதல் (one to one corespance).

6. நிலை ஒழுங்குத் திறன் (the stable orders principals).

7. கருத்து பொருள் கோட்பாடு (the abstracion principles).

8. நிலை பொருத்தமற்ற தன்மை (order irrelevance princile).

9. எண் வரிசை அறிதல் (The ordinality).

இம்முறையில் குழந்தைகள் அவர்கள் முன் அறிவைப் பயன்படுத்தி தங்களின் அறிவை தாங்களாகவே கட்டமைத்துக் கொள்கின்றனர்.

ஆசிரியர் குழந்தைகளுக்கு கற்றல் சூழலை ஏற்படுத்தி கற்றல் நிகழ உதவுபவராக இருக்கிறார். கற்றல் என்பது வெளியிலிருந்து புகுத்துவது என்ற நிலை மாறி மாணவர்கள் உள்ளார்ந்த திறன்களின் வளர்ச்சி என்று மாறியுள்ளது.

இதில் ஒரு விஷயத்தை நீங்கள் கவனித்தீர்களா? எப்பொழுதும் பொதுவாக 1 முதல் 10 வரை நாம் எண்களை அறிமுகம் செய்வோம். ஆனால், நான் 1 முதல் 9 வரை தான் அறிமுகம் செய்து இருப்பேன். அதற்கு இரண்டு முக்கிய காரணம் உள்ளன. ஒன்று, பத்து என்பது கணிதத்தில் முக்கிய எண்ணாகும். ஏனெனில் கணிதத்தின் இரண்டு பெரும் கோட்பாடுகள் பத்தில் இருந்து துவங்குகிறது அவை:

1) ஜீரோ (அ) பூஜ்ஜியம் (அ) சுழி (zero as number).

2) இடம் மதிப்பீடு (zero as place holder).

கணிதத்திற்கு இந்தியர்களின் மிகப்பெரிய பங்களிப்பு பூஜ்ஜியம். இது பல அற்புதங்களை தன்னகத்தே கொண்டுள்ளது. எனவே அதைப் பற்றிய சிறிய புரிதலை குழந்தைகளுக்கு ஏற்படுத்தாமல் 10 என்ற எண்ணை அறிமுகம் செய்வது பொருத்தமற்றது ஆகும்.

அதே போல பல்வேறு கலாச்சாரங்களிலும் எண்களில் வளர்ச்சியில் "இடமதிப்பு கோட்பாடு" முக்கியத்துவம் பெறுகிறது. எனவே 10 என்பதை ஒரு எண்ணாக மட்டும் நாம் பார்க்கமுடியாது. அது இரு முக்கிய கோட்பாடுகளை குழந்தைகளிடம் அறிமுகம் செய்யும் இடமாகும். எனவேதான் இவ்வெண்ணை மிக கவனமாக முன் தயாரிப்புகளுக்கு பிறகு நாம் அறிமுகம் செய்ய வேண்டும்.

4. இலக்கு எண்கள்

1 முதல் 9-யை இப்போது நாம் மிகச் சரியாக குழந்தைகளிடம் கொண்டு சென்று விட்டேன் என்று யோசித்துப் பார்த்தால் அடடா! இது செய்யாமல் விட்டுவிட்டோம் என்று உச்சுக் கொட்ட தான் வேண்டியுள்ளது. அப்படி என்ன மறந்துவிட்டேன்? பத்து என்பது எப்படி முக்கியமோ அதேபோல் ஐந்து என்பது ஒரு முக்கிய என்னாகும். 10 மற்றும் 5 கணித கற்றலில் அடிப்படை இலக்கு ஆகும். ஆங்கிலத்தில் bench mark number என்று கூறுவர். இந்த எண்களில் குழந்தைகளுக்கு சிறப்பு பயிற்சி அளிக்க வேண்டும். ஏனெனில் இவ்விரு அடிப்படை இலக்கு எண்களை கொண்டு மற்ற எண்களை புரிந்து கொள்ளவும், தொடர்புபடுத்தி சிந்திக்கவும் எண்ணுணர்வை (number sense) வளர்த்துக் கொள்ளவும் குழந்தைகளுக்கு உதவுகிறது. உதாரணமாக:

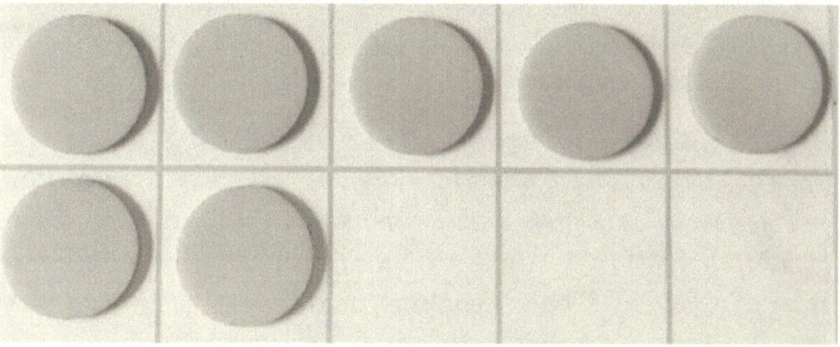

1) ஒரு குழந்தை பத்து கட்ட (base ten) சட்டத்தில் 7 என்ற எண்ணை பார்த்தவுடன் அது 5ஐ விட 2 அதிகம். 10ஐ விட 3 குறைவு என்று கூறுதல் அக்குழந்தை எண்ணுணர்வு பெற்றுள்ளது என்பதைக் காட்டுகின்றது.

2) ஒன்றாம் வகுப்பு படிக்கும் எண்ணுணர்வை பெற்றுள்ள ஒரு குழந்தைக்கு 9 என்பது 10-லிருந்து 1 குறைவாக உள்ளது என்பதை உணர்ந்து 9+4 என்ற கூட்டல் கணக்கிற்கு தீர்வு காண தன்னுடைய இந்த அறிவை பயன்படுத்துகிறது.

3) இதே எண்ணுணர்வு என்பது, ஒரு இரண்டாம் வகுப்பு குழந்தைக்கு 80 என்பது 100 லிருந்து 20 குறைவாக உள்ளது என்பதை அறிய உதவுகிறது. 80 யும் 20 யும் 8 பத்துகள்,

2 பத்துகள். இந்த இரண்டையும் சேர்த்தால் 10 பத்துகள் என்று அக்குழந்தை புரிந்து வைத்து இருக்கிறது.

4) இதுவே இன்னும் கொஞ்சம் முன்னோக்கி செல்வோமாயின், எண்ணுணர்வு பெற்ற ஒரு ஐந்தாம் வகுப்பு குழந்தை 0.7 + 0.4 என்பதை 0.7+0.3+0.1 என்பதற்கு சமம் என்று புரிந்துகொள்ள உதவுகிறது.

வழி தெரியாத புதிய இடத்திற்கு செல்லும் பொழுது சென்று சேர வேண்டிய முகவரியை சரியாக வாங்கி வைத்துக்கொண்டு, அடுத்த கேள்வியாக இம்முகவரிக்கு அருகாமையில் இருக்கும் ஏதேனும் ஒரு முக்கிய இடத்தை (landmark) கூறுங்கள் என்று கேட்டு வைத்துக்கொள்வோம் அல்லவா?

ஏனெனில் முகவரி தவறாக இருந்தாலும் அல்லது தொலைந்து போய்விட்டாலும் கூட நாம் கேட்டு வைத்துள்ள லேண்ட்மார்க்கை உதவியாக கொண்டு சென்று சேர வேண்டிய இடத்தை சுலபமாக அடைந்து விடலாம். அதுபோலத்தான் குழந்தைகளுக்கு இந்த இலக்கு எண்களாகும்.

இந்த இலக்கு எண்களை ஒட்டி நாம் பயிற்சி கொடுத்தோமாயின் குழந்தைகளின் எண்ணுணர்வு மிகக் கூர்மையாக செயல்படும் என்பதற்கான உதாரணங்கள்தான் மேலே கூறப்பட்டிருந்தன. இப்பொழுது 10-ம் 5-ம் ஏன் அடிப்படை இலக்கு எண்கள் என்று கூறப்படுகிறது என்பதை உங்களால் புரிந்துகொள்ள முடியும் என்று நம்புகிறேன்.

பத்து கட்ட சட்டம், ஐந்து கட்ட சட்டம்

10-யை மாணவர்களிடம் அறிமுகம் செய்யும் போது நான் இந்த இலக்கு எண்களுக்கான பயிற்சியை துவங்கிவிட்டேன். போதுமான அளவிற்கு பத்துகட்ட சட்டம் (Ten Frame material) கொடுத்து 5 மற்றும் 10 இலக்கு எண்களை பயிற்றுவித்தேன். இதற்கு என் கணித ஆய்வகத்தில் இருந்து இரண்டு பொருட்களை பயன்படுத்தினேன், ஒன்று மணிச்சட்டம்.

மணிச்சட்டம்

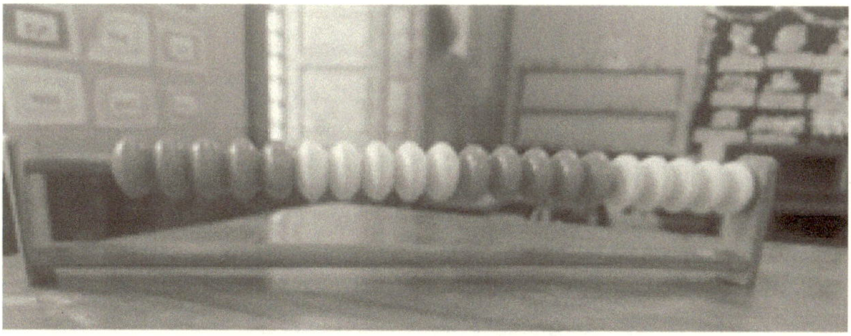

இதில் 5 மணிகள் வெள்ளை நிறத்திலும் 5 மணிகள் சிவப்பு நிறத்திலும் இருக்கும். இந்த மணி சட்டத்தில் உள்ள வண்ண வேறுபாடு பத்து என்ற எண்ணை உடைத்து சிறுசிறு பகுதிகளாக பார்க்க உதவுகின்றன. ஆனால் இதற்கு முன்னால் ஐந்து கட்ட சட்டம் (five frame material) கொண்டு மாணவர்களுக்கு 5 என்ற எண்ணில் உள்ள பகுதி-பகுதி-முழுமை (part-part- whole) தொடர்பு குறித்து புரிந்துகொள்ள செய்ய வேண்டும்.

இதுதான் ஐந்து கட்ட சட்டம். பெயரில் உள்ளது போல் இதில் ஐந்து கட்டங்கள் இருக்கும். இதை அட்டையில் செய்து இருக்கிறேன். மிக எளிமையாக செய்யக்கூடிய ஒரு துணைக்கருவி. மாணவர்களின் எண்ணிக்கைக்கு ஏற்றார்போல் செய்துகொள்ளலாம். இல்லையேல் இருவருக்கு ஒன்று என்று செய்து கொள்ளலாம். இதில் வைத்து நான் வண்ண டோக்கன்களை வாங்கி பயன்படுத்தினேன்.

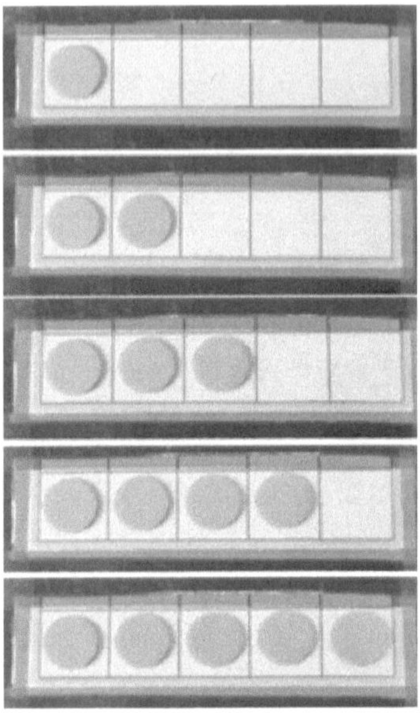

முதலில் குழந்தைகள் இதில் எத்தனை கட்டங்கள் உள்ளன என்று எண்ண வேண்டும். 5 என்று எண்ணி சொல்லிவிடுவர். அதன் பின்னர் ஒரு விதிமுறை மட்டும் நாம் கண்டிப்பாக குழந்தைகளை பின்பற்ற சொல்லிவிட வேண்டும். என்னவென்றால், எப்பொழுதும் டோக்கன்களை இடமிருந்து வலமாக மட்டுமே நிரப்ப வேண்டும் என்பதுதான். ஏன் 3

என்பதை இப்படி வைத்தால் என்ன என்று நீங்கள் கேட்கலாம். இப்படி வைப்பது தவறு கிடையாது. ஆனால் ஒவ்வொரு விளையாட்டிற்கும், செயல்பாட்டிற்கும் சில விதிமுறைகள் உள்ளன அல்லவா! அப்படியான ஒரு விதிமுறை தான் இது.

இந்த விதி முறையை பின்பற்றுவதன் மூலமாக குழந்தைகளுக்கு பகுதி- முழுமையும் (part-whole) என்பதை நாம் காட்சிப்படுத்த முயல்கிறோம்.

அதாவது 3-யை இவ்வாறு அடுக்கிய பிறகு ஐந்துக்கு இன்னும் எத்தனை வேண்டும் என்பதை குழந்தைகள் காட்சியாக தங்கள் நினைவகத்தில் சேமித்து வைக்கின்றனர். இது 3+2 =5 என்ற கருத்தை உருவாக்க உதவுகிறது. இதேபோல் 5 என்பதை 1+4, 2+3, 3+1, 4+1, என்று பல விதத்தில் உடைத்து பார்க்கின்றன. 5 என்பது பல சிறிய பகுதிகளாகவும் தான் வைத்திருக்கும் ஒரு முழுமை என்று உணர்வர். இந்த 5 கட்ட சட்டத்தை பயன்படுத்திய பிறகு 5-யை இரண்டிற்கும் மேற்பட்ட பகுதிகளாக குழந்தைகள் உடைத்துப் பார்க்க செய்ய வேண்டும். அதாவது 5 என்பது 5=1+1+3, 2+2+1 இன்னும் பல விதமாக..

என் ஆய்வகத்தில் இருந்த ஐந்து கட்ட சட்டங்கள் பஞ்சர் ஆகும் வரை குழந்தைகள் அவற்றை வைத்து விளையாடினர். அவ்வாறு விளையாடும் போது நான் வெறும் கருவிகளை மட்டும் தரமாட்டேன். எப்போதும் குழந்தைகளுக்கு அதனுடன் ஒரு பயிற்சிதாளையும் உள்ளடக்கிய (task) செயல்பாடாக வடிவமைத்து தான் தருவேன். ஏனெனில் குழந்தைகள் பொருட்களை கொண்டு கணித செயல்பாடுகள் செய்யும்போது அதை பதிவு செய்ய வேண்டும். அவ்வாறு பதிவு செய்யாவிட்டால் செயல்பாட்டின் மூலம் பெறப்பட்ட கற்றலை முழுமையாக பெறாமல் நாம் விடுகிறோம் என்று அர்த்தம். அக்கற்றல் குழந்தைகளின் மேலோட்ட நினைவலையோடு நின்றுவிடும், அழிந்தும் விடும். எனவே பொருட்களைக் கொண்டு அவர்கள் செய்யும் செயல்பாடுகளை எழுத்து வடிவில் பதிவு செய்ய வைத்து அதை பற்றி பேசவும் வைக்க வேண்டும்;
அப்போதுதான் கற்றல் முழுமை அடையும்.

ஆசிரியர் 2 என்ற சொன்னவுடன் குழந்தைகள் படத்தில் உள்ளது போல் டோக்கன்களை அடுக்க வேண்டும்; அதன்பிறகு அவர்கள் பயிற்சி தாள்களில் இதை வரைய வேண்டும். அதன் பின்னர் முக்கியமாக இன்னும் 5க்கு எவ்வளவு வேண்டும் (How many to five) என்ற கேள்வி நான் கேட்பேன். குழந்தைகள் துவக்கத்திலிருந்தே காலியாக உள்ள கட்டங்களில் எண்ணி மூன்று என்று கூறுவர் அதை பயிற்சிதாளில் 5க்கு இன்னும் 3 (3 more to five) வேண்டும் என்று குறிப்பிட வேண்டும்.

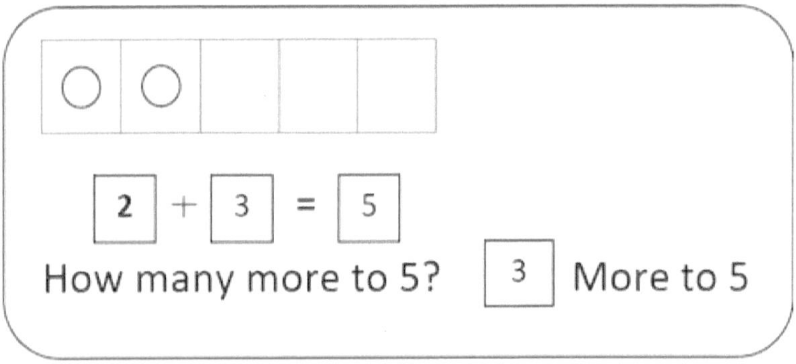

(பயிற்சித்தாள் மாதிரி, 2022)

பின்னர் 2+3 =5 என்பதனை எழுத வேண்டும்.

இதில் ஆசிரியர் சிறுசிறு மாற்றங்களோடு புதுவித விளையாட்டுகளையும், செயல்பாடுகளையும் வடிவமைத்து மாணவர்களிடம் பயன்படுத்தலாம்.

5 கட்ட சட்டத்தில் (Five Frame) குழந்தைகள் பரிட்சயம் அல்லது பயிற்சியும் பெற்ற பிறகு, 10 கட்ட சட்டம் (Ten frame) அறிமுகம் செய்ய வேண்டும். முதலில் 10 கட்ட சட்டம் அறிமுகம் செய்த போது இது பார்த்தால் உங்களுக்கு என்ன தோன்றுகிறது என்று கேட்டால் குழந்தைகளை ஐந்து கட்ட

சட்டம் போல உள்ளது என்று கூறுவர். இப்போது மேலே கூறிய அதே செயல்பாடுகள். ஆனால், இப்பொழுது குழந்தைகளுக்கு இரண்டு இலக்குகள் உள்ளன. ஆசிரியர் 7 என்று கூறியவுடன் 10 கட்டத்தில் இவ்வாறு டோக்கன்களை படத்தில் காட்டியது போல் அடுக்க வேண்டும்.

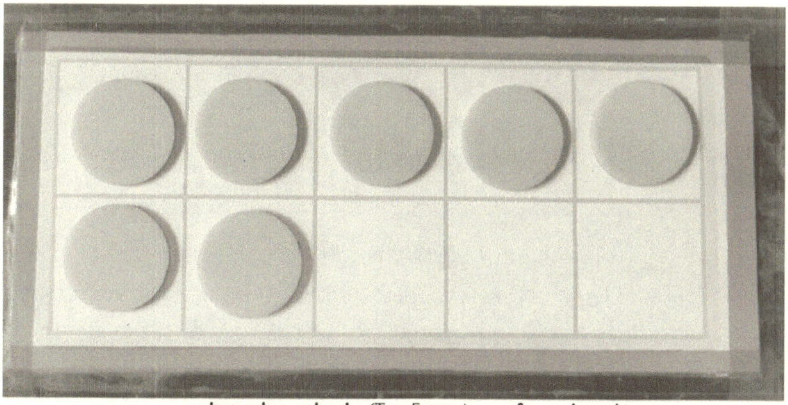

பத்து கட்ட சட்டம் (Ten Frame), கணித ஆய்வகம்,
சவராயலு நாயகர் அரசு பெண்கள் தொடக்கப்பள்ளி, புதுச்சேரி, 2022

5 கட்ட சட்டத்தை பயன்படுத்தும்போது பின்பற்றிய அதே விதி முறைகளையும் பின்பற்ற வேண்டும். எப்போதும் இடமிருந்து வலம் தான் டோக்கன்களை அடுக்க வேண்டும். முதல் வரிசை நிரம்பிய பின் தான் இரண்டாவது வரிசைக்கு வர வேண்டும். போனமுறை ஐந்திற்கு இன்னும் எத்தனை தேவை என்ற இலக்கு மட்டும் இருந்தது. ஆனால், இப்பொழுது இரண்டு இலக்குகள்.

1) 5-யை விட 2 கூடுதலாக அல்லது அதிகமாக இருக்கு (2 more than 5)

2) 10-ற்கு இன்னும் 3 தேவை (3 more to 10).

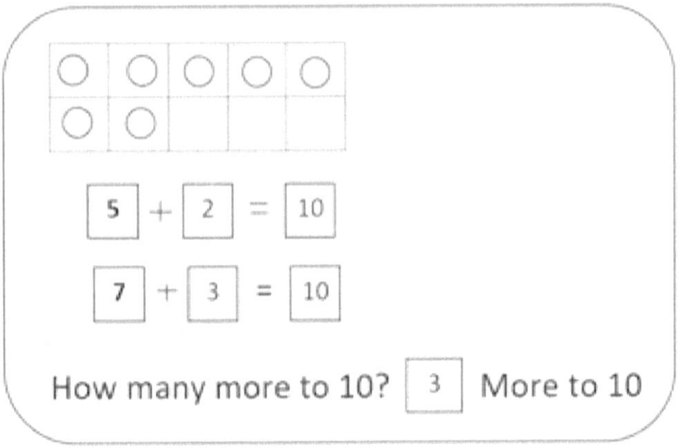

(பயிற்சித் தாள் 2)

- இந்த பத்து கட்ட சட்டம் என்பது ஒரு அமைப்பாகும் (structure). இந்த அமைப்பு கணிதத்தில் 5 மற்றும் 10 ஆகிய இலக்கு எண்களுக்குப் பிற எண்களுக்குமான முக்கிய தொடர்புகளை புரிந்துகொள்ள உதவுகிறது
- இந்த அமைப்பு ஓர் அளவுக்குள்ளே இருப்பதை சிறு சிறு பகுதிகளாக காண உதவுகிறது. அதாவது 10-க்குள் 6, 4 உள்ளது. இரண்டு 5-க்கள் உள்ளன. இதுபோன்ற எண்களின் பகுதி முழுமை தொடர்பை புரிந்து கொள்ள உதவுகிறது. எண்ணுணர்வை வளர்ப்பதில் இக்கோட்பாடு மிக முக்கியத்துவம் வாய்ந்தது.
- பத்து கட்ட சட்டம் ஒரே அளவை ஒன்றுக்கு மேற்பட்ட வெவ்வேறு வழிகளில் காண்பிக்க உதவுகிறது. மேலும் எண்களுக்கு இடையிலான தொடர்பை வெளியே கொண்டு வர உதவுகிறது.
- கணிதத்தின் பரிமாற்ற தன்மை பண்புகளை (distributive properties) அறிந்து கொள்ளவும் உதவுகிறது.

o உதாரணமாக 10 என்பது இரண்டு 5-க்கள். 5 என்பது 10-யை விட 5 குறைவு. 5-தோடு 5 சேர்த்தால் 10 கிடைக்கும்

10= 5+5

10-5=5

5+5=10

எண்கள் பற்றிய அடிப்படை உண்மைகள் (basic facts) மனப்பாடம் செய்வதைவிட உண்மைகளோடு உறவாடி அதை உணர்ந்து கற்றல் சிறந்ததாகும். விதிகளை கடம் அடித்தால் (மனப்பாடம் செய்தல்) அதை விரைவில் மறந்து விடுவர். எனவே ஆசிரியர் தேர்ந்தெடுக்கப்பட்ட இதுபோன்ற கற்றல்-கற்பித்தல் அனுபவங்களை ஏற்படுத்தி எண்களைப் பற்றிய உள்ளார்ந்த புரிதலை மாணவர்களிடையே கொண்டு வரும்போது நினைவை தாண்டி நம்முள் கலந்த உணர்வாகவும், மதியாகவும் நிலைபெறுகிறது, வளரவும் செய்கிறது.

இவ்வாறு ஒரு வழியாக 10 என்ற எண்ணை பகுப்பாய்வு செய்து விட்டனர் எனது குழந்தைகள். இது அவர்கள் அடுத்த கற்க உள்ள கூட்டல், கழித்தல், இடமதிப்பு போன்ற அனைத்து கருத்துகளுக்கும் நல்ல அடித்தளமாக அமையும்.

10 வரை குழந்தைகளுக்கு எண்களை அறிமுகம் செய்து விட்டேன். என்ன இது? ஏதோ இப்போதுதான் குழந்தைகள் 10 வரை கற்றுக் கொண்டனர் என்று சொல்கிறீர்களா? ஒன்றாம் வகுப்பு நுழையும் போதே அவர்கள் 10 வரை எண்களை கூற தெரிந்து கொண்டு தான் வருகிறார்கள் என்று நீங்கள் நினைக்கலாம். ஆனால், முழுமையான கற்றல் என்பது இரண்டு பகுதிகளை உள்ளடக்கியது.

1) கருத்தியல் அறிவு - Conceptual knowledge.

2) செயல்முறை அறிவு - Procedural knowledge.

உதாரணமாக 2+3 என்பதை குழந்தைகள் புரிந்துகொள்வது கருத்தியல் அறிவு. இந்த அறிவை குழந்தை புரிந்துகொள்வதற்கு நாம் 2 சாக்லெட் உடன் 3 சாக்லெட் நமக்கு கிடைத்தால் மொத்தம் நம்மிடம் எத்தனை இருக்கும் என்று உதாரணம் கூறுகிறோம்.

இப்பொழுது 2 இலையுடன் 3 இலைகள் உள்ளன; மொத்தம் எத்தனை இலைகள் உள்ளன. இவைபோன்ற எடுத்துக்காட்டுகளுடன் உண்மை பொருட்களை கொண்டு செயல்பாடுகள் விளையாட்டுக்கள் போன்றவை மூலம் குழந்தைகள் கூட்டல் என்பதன் கருத்தை புரிந்துகொள்ள கற்றல் வாய்ப்புகளை ஏற்படுத்தித் தருகிறோம். இதை குழந்தை புரிந்து கொண்ட பின்னர் மெல்ல மெல்ல விரல்களை கொண்டு கூட்டல் செய்ய வைக்கிறோம். அதன்பின் 2+3 என்ற வாய்ப்பாடாக குறியீடுகளை பயன்படுத்தி 2+3=5 அல்லது

	ஒ
	2
+	3
	5

ஆகிய வடிவங்களில் கூட்டலைக் கொண்டு செல்லவேண்டும்.

இதில் எடுத்துக்காட்டுகள், செயல்பாடுகள், உண்மை பொருட்கள், விளையாட்டுக்கள் மூலமாக “கூட்டல்” என்ற கருத்தியல் அறிவை குழந்தை பெற வேண்டும். அதன் பின்னரும் அதே கூட்டல் கணக்கை அவர் கணித வடிவில்

மாற்றி எழுத கற்றுக் கொள்வதை "செயல்முறை அறிவு" என்று கூறுவோம். இந்த இரண்டு அறிவுமே கற்றலின் இரு கண்கள் போல் பாவிக்க வேண்டும். இரண்டில் எது ஒன்று இல்லாமல் போனாலும் கற்றலின் ஒரு பார்வையை இழந்தவராக குழந்தைகள் தவிப்பார்கள். இந்த "கருத்தியல் அறிவும்" "செயல்முறை அறிவும்" (conceptual knowledge & procedural knowledge) கணிதத்தில் மட்டும் அல்ல அனைத்து பாடங்களிலும் உள்ளன. மற்ற பாடங்களிலாவது புரிந்து கொள்ள வாய்ப்புகள் வகுப்பறையில் உள்ளன. ஆனால், கணிதத்தை வாய்பாடுகளில் (formulas) இருந்துதான் துவங்குகிறோம்.

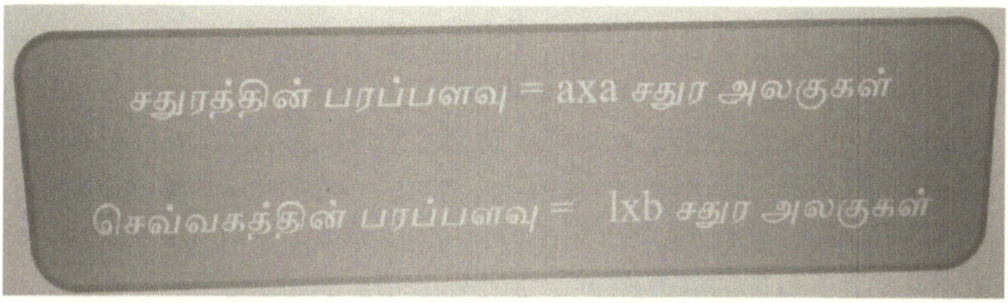

இவ்வாறான வாய்பாடுகளில் இருந்து தான் நாம் துாங்குகிறோம். துவங்கிய இந்த செயல்முறை அறிவை மட்டும் வழங்குவதில் முட்டி மோதி முக்கால்வாசி கிணற்றை தாண்டி விடுகிறோம். ஆனால்,

- சதுரத்தின், செவ்வகத்தின் பரப்பளவு என்றால் என்ன?
- சதுர அலகு என்று கூறுகிறார்களே அதன் பொருளென்ன?
- சதுரத்தின் பரப்பளவு வாய்பாட்டிற்கும் செவ்வகத்தின் பரப்பளவிற்கு உள்ள தொடர்பு என்ன?

போன்ற கருத்தியல் பார்வை கடைசி வரை கொடுக்காமல் விட்டு விடுகிறோம். இந்த கருத்தியல் அறிவை தருவதை நாம் வகுப்பறை நேரம் விரயம் என்று தவறாக நினைக்கிறோம். தமிழில் "அகல உழுவதைவிட ஆழ உழுவதே மேல்" என்று ஒரு பழமொழி உள்ளது. அது போன்று தான் இதுவும். கருத்தியல் அறிவை ஆழமாக பெற குழந்தைகள் செயல்முறைகளை மிக இயல்பாகவும் எளிமையாகவும் உள்ளார்ந்த அறிவோடு செய்வதை நாம் காணலாம். கணிதத்தை விதைக்கும் போது

விட்டு விட்டு பின்னர் வேர்பிடிக்கவில்லை என்று நாம் புலம்பிக் கொண்டிருக்கிறோம்.

எனவே 10 வரை எண்களை குழந்தைகள் கூற தெரிந்து இருப்பது முழு கற்றல் ஆகாது. 10 கட்ட சட்டத்தை வைத்து பகுப்பாய்ந்து கற்றனரே அது தான் முழுமையான கற்றல்.

5. கணித வகுப்பறையில் கதைகள் மற்றும் பாடல்களின் முக்கியத்துவம்

கணித வகுப்பறையில் கதைகளின், பாடல்களின் பங்கையும் அதன் முக்கியத்துவத்தையும் நாம் உணர வேண்டும்.

கதைகளும் பாடல்களும் கணித வகுப்புகளில் அதுவும் முன் மழலையர் வகுப்பில் துவங்கி குறைந்தது இரண்டாம் வகுப்பு வரை உள்ள குழந்தைகளுக்கு நாம் அதிகம் பயன்படுத்த வேண்டும். ஆனால் பாடப்புத்தகங்களில் கொடுக்கப்படும் கணிதப் பாடல்களை ஆசிரியர்கள் "இது சும்மா கொடுத்திருக்கிறார்கள்" "டைம் வேஸ்டு" என்று தான் பார்க்கிறார்கள். தமிழக பாடப்புத்தக வடிவமைப்பு குழுவில் முதலாம் வகுப்பு கணித பாடநூலை தயாரிக்கும் குழுவில் நான் இடம்பெற்று இருந்தேன்(2017-18) அதில் அமைப்பு முறைகளை அறிமுகம் செய்வதற்கான பாடலை நான் எழுதி இருந்தேன். இன்றுவரை அந்தப் பாடலை ஏதேனும் ஒரு ஒன்றாம் வகுப்பு குழந்தை பாட கேட்டு விடமாட்டோமா என்ற ஆவலோடு காத்திருக்கிறேன். நான் புதுவையில் ஆசிரியையாக இருப்பதாலோ என்னவோ (புதுவையில் சிபிஎஸ்சி பாடநூல் பயன்படுத்தப்படுகிறது என்பதை இங்கே குறிப்பிட விரும்புகிறேன்) இன்றுவரை ஒரு குழந்தையோ அல்லது ஆசிரியரோ அப்பாடலை தமிழிலோ அல்லது ஆங்கிலத்திலோ பாட என் காதுகளால் நான் கேட்கவேயில்லை. இது எனக்கு மிகப்பெரிய ஏக்கமாகவே இருக்கிறது. இவ்வாறு கணித பாட நூல்களில் இடம்பெறும் பாடல்களை பெயருக்கு ஒரு முறை படித்து காட்டிவிட்டு, இது சும்மா பாட்டு தான் அடுத்த பக்கம் போகலாம் என்று பக்கத்தைத் திருப்பி விடுவார்கள். ஆனால், குழந்தைகளின் மனது அந்த பாடலிலே நிலைத்து நிற்கும்

என்பது ஆசிரியருக்கு புரியாது. இது கணித கற்பித்தலில் நம் அனைவரின் புரிதலின் குறைபாடு எனலாம். நான் சிறுபிள்ளையாக இருக்கும்போது,

"ஒரு குடம் தண்ணீர் ஊற்றி ஒரு பூ பூத்துச்சாம்"

"ரெண்டு குடம் தண்ணி ஊற்றி ரெண்டு பூ பூத்துச்சாம்"

"மூன்று குடம் தண்ணி ஊற்றி மூன்று பூ பூத்துச்சாம்!"

இவ்வாறு தொடங்கும் இப்பாடல் குழந்தைகள் மத்தியில் மிக பிரபலம். ஒத்த வயதுடைய குழந்தைகள் இப்பாடலை பாடிக் கொண்டு விளையாடுவது எனக்கு இன்னும் நினைவில் இருக்கிறது. ஆனால் இப்பாடலை அடுத்து இது போன்ற வேறு கணித பாடங்கள் இவ்வாறு குழந்தைகள் விளையாட்டு நேரங்களை ஆக்கிரமித்ததை நான் பார்க்கவில்லை.

இன்று கணித வகுப்பறைகள் தாய் மொழியை விட்டு தூரம் செல்ல செல்ல கதைகளும் பாடல்களும் கணித வகுப்பறையை விட்டு வெளியே சென்று விட்டன. ஆனால், கணித பாடல்களுக்கான தேவை இருந்து கொண்டே தான் உள்ளது. தேவையில்லை எனில் "CHU CHU டிவி" போன்ற சென்னையை சேர்ந்த யூ டியூப் (*youtube*) தொலைக்காட்சி 91 மில்லியன் வாடிக்கையாளர்களை பெற்று சாதனை படைத்து இருக்க முடியாது. மாறிவரும் சூழலில் கலாச்சாரத்திற்கு ஏற்றார்போல் இக்கால குழந்தைகளை இழுக்கும் வண்ணம் கணித பாடல்கள் இத்தொலைக்காட்சியில் காணலாம். ஆனால் என்ன வருத்தமான செய்தி என்றால் தமிழ்மொழியில் கணிதப் பாடல்கள் குறைவாகவே இருக்கின்றன. ஆங்கில வழி கணிதப் பாடல்கள் துள்ளலான இசையில் குழந்தைகளை ஆட்டம் போட செய்துவிடும். ஓர் உதாரணத்திற்காக தான் இந்த தொலைக்காட்சியை குறிப்பிட்டுள்ளேன். இதேபோல் "கண்மணி பாடல்கள்", "*infobell*", "*Magic box*" இவை போன்ற இன்னும் பிற யூடியூப் சேனல்கள் இருந்தாலும் அனைத்திலும் கணிதப்பாடல்கள் குறைவு தான். அதிலும் தமிழ் வழி கணிதப் பாடல்கள் இன்னும் குறைவாகத்தான் உள்ளன.

வெளிநாடுகளில் இருக்கும் கணிதப் பாடல்கள்தான் இன்றும் நம் வகுப்பறையில் ஒன்றிரண்டில் ஒலிக்கின்றன. அவர்கள் கலாச்சாரத்தில் கணித பாடல்கள், கணித கதைகள் முக்கிய இடம் வகிக்கின்றன. நம் வகுப்பறைகளிலும் இவை முக்கியத்துவம் பெற வேண்டிய கட்டாயம் உள்ளது.

வெற்றிகள், தடுமாற்றங்கள், தவறுகள் என நிரம்பி காணப்பட்டது எங்கள் கணித வகுப்பறை. மீண்டும் கற்றல், 'இதோ இவள் செய்வதை நீ பாரு, 'சரி அடுத்தது என்ன செய்யலாம்?' போன்ற கேள்விகள் கேட்டு நேரடி விடை கூறுவது தவிர்த்து மாணவர்களுக்கு தவறு செய்யவும், சிந்திக்கவும் நிறைய வாய்ப்புகள் கொடுத்துக் கொண்டிருந்தேன். மாணவர்கள் நம்மை அணுகி இது சரியா என்று கேட்கும் போது நாம் ஏனோ "இல்லடா! இப்படி செய்யக் கூடாது. இதோ பார், நான் செய்கிறேன்!" என்று அந்த கணக்கை ஆசிரியரே சரியாக செய்து காட்டி விடுவார். இப்போது கற்று நிகழ்ந்தது மாணவர்களுக்கா அல்லது ஆசிரியருக்கா? என்று தெரியவில்லை. ஆங்கிலத்தில் ஒரு வாசகம் உள்ளது *"The only way to learn Mathematics is to do the Mathematics" Paul Halmos, (I WANT TO BE A MATHEMATICIAN. An Automathography.).*

கணிதத்தை மற்றவர்கள் செய்வதை பார்த்து நாம் எப்பொழுதும் முழுமையாக கற்றுக்கொள்ள முடியாது; அதை நாமே செய்து தான் கற்றுக்கொள்ள வேண்டும்.

"வாருங்கள்! நம் குழந்தைகளை கணிதத்தை செய்து பார்த்து கற்க இட்டுச் செல்வோம்.... பயணம் இனிதே மகிழ்வாக தொடரட்டும்!"

இணைப்பு I

"ONE LITTLE KITTEN"
One little kitten
Two big Cats
Three baby butterflies
Ten brave bees
Four big rats
Five fat fishes
Six sad seals
Twelve fat fleas
Seven silly Seagulls
Eight happy eels
Nine nervous lizards

இணைப்பு II

துணை நின்ற நூல்கள்

1. A. Montague-Smith and A. Price, 2012, *Mathematics in Early Years Education*. Published by Routledge.

2. Georges Ifrah, 2000, *The Universal History of Numbers*. Published by John Wiley & Sons.

3. Mary Fiore Ryan Tackaberry, 2018, *Making Sense of Number, K-10*. Published by: Pembroke Publishers.

4. Griffin, S. (2003). Laying the foundation for computational fluency in early childhood. Teaching Children Mathematics, 9(6). Published by: The National Council of Teachers of Mathematics.

5. Let's Count to 5 (Grades K-2) http://illuminations.nctm.org/LessonDetail.aspx?id=U57

6. Natalia Marmasse, Aggelos Bletsas, Stefan Marti, 2000, Numerical Mechanisms and Children's Concept of Numbers. Published by: The Media Laboratory Massachusetts Institute of Technology, Cambridge.

7. Stanislas Dehaene, 2011, 1997, The Number Sense How the Mind Creats Mathematics. Published by: Oxford University Press, New York.

8. Ian Thompson, 2008, Teaching and learning early number. Published by: Open University Press, England.

9. Julia Anghileri, 2000, 2006, Teaching Number Sense. Published by: Continuum International Publishing Group, NewYork and London.

10. Jessica F. Shumway, 2011, NUMBER SENSE ROUTINES. Published by: Stenhouse Publishers, Portland Maine.

11. Rochel Gelman and C. R. Gallistel, 1986, The Child's Understanding of Number. Published by: HARVARD UNIVERSITY PRESS, London.

12. *Kamala. V. Mukunda, 2009, What Did You Ask at School Today? A Handbook of Child Learning. Published by: Collins, An Imprint of Harper Collins Publishers, India.*

13. *National Curriculum Framework – 2005, Position paper on Teaching of Mathematics, NCERT, India.*

14. *https://www.researchgate.net/publication/225794577-Number-Sense - Strategies - Used - by - Pre-Service-Teachers-in-Taiwan*

15. *Jenni Way (2005), Number Sense Series: Developing Early Number Sense. Published by: University of Cambridge, England.*

16. *Tom Bassarear, Meg Moss (2012) Mathematics for Elementary School Teachers, Cengage Learning.*

17. *https://www.child-encyclopedia.com/numeracy/according-experts/learning- trajectories-early-mathematics-sequences-acquisition-and*

18. *https://www.mff.cuni.cz/veda/konference/wds/proc/pdf12/WDS12_112_m8_Vojku vkova.pdf*

19. *Wynn's (1992), Numerical development: From the infant to the child. paradigm in 2- and 3 – year olds.*

20. *Eric Satlow, Nora Newcom, (1998) When Is a Triangle Not a Triangle? Young Children's Developing Concepts of Geometric Shape. Published by: Temple University, Abiex Publishing.*

இணைப்பு III

கலைச்சொற்கள்

1. எண்கள் - Numbers
2. எண்ணுதல் – Counting
3. எண்ணுணர்வு - number sense
4. எண்களுக்கு முன்னால் – Pre - Numbers
5. முன் – எண் செயல்பாடுகள் – Pre- Number Activities
6. கணித செய்முறை இடம் – Math Corner
7. நினைவு அளவை - Memory span
8. குறுகிய கால நினைவகத்தில் - short term memory
9. கணக்கீட்டு மதிப்பீடு - Computational estimation
10. மனக்கணக்கீடு - Mental mathematics
11. எண்களின் ஒப்பிட்டு அளவை மதிப்பிடுதல் - Judging the relative magnitude of numbers
12. பகுதி பகுதி முழுமை தொடர்பை அங்கீகரித்தல் - Recognizing the part whole relationship and place value concepts
13. பிரச்சனை தீர்க்கும் முறை - Problem solving Method
14. முதல் எண் முறை - front end method
15. திருப்திகரமாக முடித்தல்/ முழுமையாக்கும் முறை - rounding method
16. இணக்கமான எண்களை குழுவாக்குதல் - Grouping
17. மனக்கணக்கீடு - Mental mathematics
18. வேலை நினைவகம் - working memory
19. எண்களின் ஒப்பிட்டு அளவை மதிப்பிடுதல் - Judging the relative magnitude of numbers
20. பகுதி-பகுதி-முழுமை தொடர்பு - part- part- whole relationship

21. பிரச்சனை தீர்க்கும் முறை - *problem solving Method*
22. கணக்கீட்டு வேலைகள் - *mathematical tasks*
23. பிரச்சனையை தீர்த்தல் - *problem solving*
24. பார்த்துணர்தல் - *subitizing*
25. தேசிய அடைவு திறன் சோதனை - *National Achievement Survey*
26. ஒன்றுக்கு ஒன்று கோட்பாடு - *One to One correspon-dence*
27. எண்ணிக்கையை உத்தேசித்து அறியும் திறன் - *Approx-imation and Estimation skills*
28. ஐந்து கட்ட சட்டம் - *Five frame*
29. பத்து கட்ட சட்டம் - *Ten Frame*
30. காட்சிப்படுத்தல் - *Visualization*
31. இடம் சார்ந்த உணர்வை – *Spatial Understanding*
32. நுண்ணறிவு – *Intelligence*
33. மதிப்பீட்டுத் திறன் - *skill of Estimation*
34. அமைப்பு முறைகள் – *Patterns*
35. தொடர் அமைப்பு முறை - *repeated pattern*
36. 'வளர் அமைப்பு முறையாக' - *growing pattern*
37. வடிவங்களை பிரிக்கும் கருவி - *shape sorter*
38. பொருத்துதல் - *Matching*
39. ஒப்பிடுதல் மற்றும் வரிசைப்படுத்துதல் - *Comparing and ordering/Seriating*
40. பொருட்களின் இணக்கப் பண்பு - *Transitivity*
41. பிரித்தல் மற்றும் குழுவாக்குதல் - *Sorting and grouping*
42. தர்க்க சிந்தனை - *logical thinking*
43. வகைப்படுத்துதல் திறன் - *Classification*
44. நுண்மை தன்மை – *Abstractness*
45. ஒன்றோடு ஒன்று தொடர்புபடுத்தி எண்ணுதல் கோட்பாடு - *One to one principle*

46. நிலை ஒழுங்கு கோட்பாடு - *The stable order principle.*
47. எண் அளவை கோட்பாடு - *The Cardinal Principle*
48. கருத்து பொருள் கோட்பாடு - *The Abstraction principle.*
49. நிலை பொருத்தமற்ற தன்மை கோட்பாடு - *Order irrelevance principle*
50. எண்ணுதற்கு முன்னவர் - *Pre counter*
51. ஒப்புவிப்பவர் – *Reciter*
52. பொருத்திப் பார்ப்பவர் – *Corresponded*
53. எண்ணுபவர் – *Counter*
54. உருவாக்குபவர் - *Producer*
55. எண்ணி உருவாக்குபவர் - *Counter and Producer*
56. பின்னோக்கி எண்ணுபவர் - *Backward counter*
57. எங்கிருந்தும் எண்ணுபவர் - *Count from any number*
58. தாவி தாவி எண்ணுபவர்: - *skip counter*
59. வடிவங்களின் பரிமாணங்கள் - *Dimension of shapes*

★★★

www.ingramcontent.com/pod-product-compliance
Lightning Source LLC
LaVergne TN
LVHW090413051026
849518LV00006B/2336
9788196088446